Ang Nabulok Itim Na Kagubatan Aklat ng lutuin

Tuklasin ang Saganang Panlasa at Natatanging Sangkap ng Itim Na Kagubatan, na may 100 Masarap na Recipe para sa Bawat Okasyon

Martin Esteban

Copyright Material ©2023

Lahat ng Karapatan ay Nakalaan

Walang bahagi ng aklat na ito ang maaaring gamitin o ipadala sa anumang anyo o sa anumang paraan nang walang wastong nakasulat na pahintulot ng publisher at may-ari ng copyright, maliban sa mga maikling sipi na ginamit sa isang pagsusuri. Ang aklat na ito ay hindi dapat ituring na kapalit ng medikal, legal, o iba pang propesyonal na payo.

TALAAN NG MGA NILALAMAN

TALAAN NG MGA NILALAMAN 3
PANIMULA 7
BREAKFAST 8
   1. Black forest crepes 9
   2. Black Forest Coffee 11
   3. Iced black forest mocha 13
   4. Black Forest Biscotti 15
   5. Black Forest donuts 18
   6. Black Forest French Toast 22
   7. Black Forest Hot Chocolate 25
   8. Black Forest Chocolate Buns 27
   9. Mainit na Black Forest Oatmeal 30
   10. Black Forest Waffles 32
   11. Black Forest Pancake 35
   12. Black Forest Smoothie Bowl 38
   13. Black Forest Breakfast Bowl 40
   14. Black Forest Breakfast Bar 42
   15. Black Forest Bagel 44
   16. Black Forest Biskwit 46
   17. Black Forest Smoothie 48
   18. Black Forest Granola 50
   19. Black Forest Overnight Oats 52
   20. Black Forest Protein Shake 54
   21. Black forest smoothie 56
MGA MERYenda 58
   22. Black forest bar 59
   23. Black Forest Cherry Bars 61

24. Black forest cheese cupcake 63
25. Black forest pizza 65
26. Black Forest Cream Puffs 67
27. Black Forest Brownie Bites 70
28. Black Forest Wine Rice Crispy Treats 72
29. Black Forest Energy Balls 74
30. Black Forest Trail Mix 76
31. Black Forest Cookies 78
32. Black Forest Wine Rice Crispy Treats 81
33. Black Forest Coffee Bomb 83
34. Mga Patak ng Black Forest Oatmeal 85
35. Amaretto Cannoli 87
36. Cannoli alla siciliana 90
37. Cannoli pie 93
38. Glazed cherry cannoli 95
39. Black Forest Cannoli 98

MAINS 101
40. Black Forest Ham at Gruyere Tart 102
41. Black Forest Mushroom Risotto 104
42. Black Forest Beef Stew 106
43. Black Forest Chicken Alfredo 108
44. Black Forest Burger 110
45. Black Forest Meatballs 112
46. Black Forest Pizza 114
47. Black Forest Shepherd's Pie 116
48. Black Forest Goulash 118
49. Black Forest Pasta 120
50. Black Forest Ham at Cheese Quiche 122
51. Black Forest Pork Tenderloin 124

52. Black Forest Chicken 126

53. Black Forest Chicken Salad 128

DESSERT 130

54. Black forest brownie pie 131

55. Black forest bundt cake 134

56. Black forest gateau 136

57. Black forest parfait 139

58. Black Forest Cake Ice Cream 141

59. Black forest souffle 144

60. Black forest trifle 146

61. Black Forest Tiramisu 149

62. Black Forest Fruits Chia Pudding 152

63. Black forest mousse 154

64. Black Forest Cannoli 156

65. Black Forest Pie 159

66. Black Forest Tart 161

67. Black Forest sundaes na may brownies 163

68. Black Forest Bircher 166

69. Black Forest Pavlova 168

70. Black Forest Cobbler 170

71. Black Forest Fudge 172

72. Black Forest Zuccotto 174

73. Oreo Crust Dessert 176

74. Black Forest Boule-de-Neige 179

75. Black Forest semifreddo 182

76. Oreo cherry chocolate cream parfaits 185

77. Cherry mousse 187

78. Chocolate & cherry ice cream gateau 189

79. Rum Tiramisu 192

80. Cherry tiramisu 194

81. Italian Panna Cotta with Lindt dark chocolate 196

MGA COCKTAIL AT MOCKTAIL 198

82. Bourbon Black Forest Cocktail 199

83. Black Forest Martini 201

84. Black Forest Boba milkshake 203

85. Black Forest Old Fashioned 205

86. Black Forest Margarita 207

87. Black Forest Sangria 209

88. Black Forest Negroni 211

89. Black Forest Manhattan 213

90. Black Forest Fizz 215

91. Black Forest Sour 217

92. Black Forest Smash 219

93. Black Forest Cosmo 221

94. Black Forest Mule 223

95. Black Forest Punch 225

96. Black Forest Flip 227

97. Black Forest Daiquiri 229

98. Black Forest Sidecar 231

99. Black Forest Screwdriver 233

100. Black Forest mocktail 235

KONGKLUSYON 237

PANIMULA

Ang Itim Na Kagubatan ay isang rehiyon sa timog-kanlurang Alemanya na kilala sa mga makakapal na kagubatan, malinaw na kristal na lawa, at magagandang bayan. Ngunit marahil ang pinakatanyag, ito ang lugar ng kapanganakan ng masarap na Itim Na Kagubatan cake, isang dekadenteng dessert na gawa sa mga layer ng chocolate cake, whipped cream, sa mga seresa.

Sa Aklat ng lutuin na ito, ipagdiriwang natin ang mga lasa ng Itim Na Kagubatan na may 100 indulgent na recipe na inspirasyon ng klasikong German na dessert na ito. Mula sa masaganang chocolate cake hanggang sa mga pastry na puno ng cherry, mayroon kaming isang bagay para sa bawat matamis.

Ie-explore din namin ang mga natatanging sangkap na ginagawang espesyal ang rehiyon ng Itim Na Kagubatan, tulad ng kirsch (cherry brandy), Itim Na Kagubatan ham, at Schwarzwälder Kirschtorte (Itim Na Kagubatan cherry cake). Sa aming madaling sundan na mga recipe at mga tip sa pagluluto, magagawa mong muling likhain ang mga lasa ng Itim Na Kagubatan sa iyong sariling kusina.

Kaya, fan ka man ng classic na Itim Na Kagubatan cake o naghahanap lang ng bago at indulgent na mga ideya sa dessert, ang Aklat ng lutuin na ito ay para sa iyo..

BREAKFAST

1. <u>**Black forest crepes**</u>

Gumagawa: 18 Servings

MGA INGREDIENTS:
- Chocolate crepes
- Kirsch o sherry (opsyonal)
- 19 ounces ng Cherry pie filling
- ¼ tasa Granulated sugar
- ⅛ kutsarita ng Nutmeg
- Whipped cream

MGA TAGUBILIN:
a) Budburan ang mga crepes ng kirsch o sherry.
b) Paghaluin ang pagpuno ng cherry pie, asukal, at nutmeg.
c) Kutsara ang humigit-kumulang 2 kutsara malapit sa isang gilid ng crepe. Roll.
d) Payagan ang 2 bawat paghahatid. Ilagay sa isang plato na nakababa ang gilid.
e) Itaas na may whipped cream.

2. Black Forest Coffee

MGA INGREDIENTS:
- 6 ounces ng Freshly brewed coffee
- 2 Kutsarang Chocolate syrup
- 1 kutsarang Maraschino cherry juice
- Whipped cream
- Ahit na tsokolate
- Maraschino cherries

MGA TAGUBILIN:

a) Pagsamahin ang kape, chocolate syrup, at cherry juice sa isang tasa. Haluing mabuti.

b) Ibabaw na may whipped cream chocolate shavings at cherry o 2.

3. Iced black forest mocha

Ginagawa: 1 serving

MGA INGREDIENTS:
- 4 na kutsarang Espresso
- yelo
- 1 kutsarang Chocolate syrup
- 1 kutsarang Cherry syrup
- ½ kutsarang Coconut syrup
- 16 kutsarang malamig na gatas
- Whipped cream; para sa topping
- Ahit na tsokolate; para sa topping
- 1 Cherry; para sa palamuti

MGA TAGUBILIN:
a) Ibuhos ang espresso sa isang 12-ounce na baso na puno ng yelo.
b) Magdagdag ng syrups at gatas at ihalo.
c) Itaas na may masaganang dollop ng whipped cream, at ahit na tsokolate, at palamutihan ng cherry.

4. Black Forest Biscotti

Gumagawa ng: 36 na cookies

MGA INGREDIENTS:
- ¼ tasang unsalted butter ang pinalambot.
- ¾ tasa puting butil na asukal
- 1 kutsarita ng baking powder
- ½ kutsarita ng baking soda
- ¼ kutsarita ng Asin
- 3 malalaking itlog
- ½ kutsarita vanilla extract
- ⅓ tasa ng powdered dessert topping mix
- 2 tasang all-purpose na harina
- ⅓ tasa ng hiniwang almendras
- ⅓ cup mini semi-sweet chocolate chips
- ½ tasa ng pinatuyong seresa

EGG WASH
- 1 itlog
- 1 kutsarang tubig

MGA TAGUBILIN:

a) Gamit ang electric mixer, talunin ang mantikilya sa isang malaking mangkok sa loob ng 30 segundo. Magdagdag ng asukal, baking powder, baking soda, at asin: talunin hanggang sa pinagsama. Talunin ang 3 itlog at banilya. Paghaluin ang harina at dream whip sa isang hiwalay na mangkok.

b) Talunin ang kasing dami ng harina/Dream Whip mixture sa butter mixture hangga't maaari gamit ang hand mixer. Haluin ang anumang natitirang harina na may kahoy na kutsara. Haluin ang mga almendras, chocolate chips, at pinatuyong seresa Takpan at palamigin sa loob ng 2 oras o hanggang sa madaling hawakan ang masa.

c) Painitin ang hurno sa 350 degrees. Hatiin ang kuwarta sa kalahati. Hugis ang bawat kalahati sa 12-pulgadang log na humigit-kumulang 1 ½ pulgada ang kapal. Maglagay ng mga log na 3 pulgada ang layo sa isang cookie sheet na bahagyang pinahiran ng langis. Patagin ang bawat log sa isang ¾ pulgadang tinapay.

EGG WASH

d) Pagsamahin ang 1 itlog at 1 kutsarang tubig para gawing egg wash. I-brush ang pinaghalong itlog sa ibabaw ng mga tinapay.

e) Maghurno ng mga log sa preheated oven sa loob ng 25-30 minuto o hanggang bahagyang kayumanggi. Palamigin sa cookie sheet sa loob ng 1 oras o hanggang sa ganap na lumamig.

f) Kapag lumamig na ang mga tinapay, painitin muna ang hurno sa 325 degrees F. Ilipat ang mga tinapay sa isang cutting board. Gupitin ang bawat tinapay nang pahilis sa mga hiwa na may kapal na ½ pulgada.

g) Maglagay ng mga hiwa, at gupitin ang mga gilid sa cookie sheet. Maghurno sa preheated oven sa loob ng 8 minuto. Alisin sa oven, dahan-dahang baligtarin ang mga hiwa at maghurno ng 5 minuto o hanggang sa matuyo at malutong ang biscotti.

h) Ilipat ang cookies sa mga rack at palamig.

5. Mga donut ng Black Forest

Gumagawa: 10

MGA INGREDIENTS:
PARA SA DONUT DOUGH
- 250g malakas na puting harina ng tinapay
- 50g caster sugar plus 100g para sa pag-aalis ng alikabok
- 5g pinatuyong lebadura
- 2 itlog
- 60g salted butter, natunaw
- 2 litro ng langis ng mirasol

PARA SA PAGPUPUNO
- 200 g ng cherry jam
- 100ml double cream, hinagupit

PARA SA ICING
- 100g icing sugar, sinala
- 2 kutsarang cocoa powder, sinala
- 50g plain na tsokolate
- sariwang seresa (opsyonal)

MGA TAGUBILIN:
a) Ilagay ang harina, asukal, lebadura, itlog, at 125ml na maligamgam na tubig sa isang mixer na may dough hook o paddle at haluin ng 5 mins hanggang sa maging malambot ang masa.
b) Hayaang magpahinga ang kuwarta ng isa o dalawang minuto sa mixer o bowl habang natutunaw mo ang mantikilya, pagkatapos ay simulan muli ang mixer at dahan-dahang idagdag ang tinunaw na mantikilya sa isang manipis na stream. Haluing mabuti para sa isa pang 5 minuto hanggang ang masa ay makintab, makinis, at nababanat at lumayo sa mga gilid ng mangkok. Muli, ito ay maaaring gawin sa pamamagitan ng kamay sa pamamagitan ng pagmamasa ng mantikilya sa kuwarta.
c) Takpan ang mangkok na may cling film at itabi sa isang mainit na lugar upang patunayan sa loob ng 30 minuto hanggang sa humigit-kumulang na doble ang laki. Kapag napatunayan na, tanggalin ang kuwarta mula sa mangkok at ilagay ito sa isang

bahagyang floured surface at masahin ng 2 minuto. Ibalik ang kuwarta sa mangkok at takpan ito ng cling film, pagkatapos ay palamigin sa refrigerator magdamag.

d) Sa susunod na araw, alisin ang kuwarta mula sa refrigerator at gupitin ito sa 10 pantay na piraso, pagmamasa ng kaunti at hinuhubog ito sa mga bilog. Ilagay sa isang lightly floured baking sheet, na may pagitan, pagkatapos ay takpan muli ng bahagyang nilalangang cling film at itabi sa isang mainit na lugar upang patunayan sa loob ng 1-2 oras. hanggang halos dumoble ang laki.

e) Ibuhos ang mantika sa isang malaking kasirola para halos kalahati ang laman nito, pagkatapos ay painitin sa 170°C gamit ang thermometer, o kapag ang isang maliit na tipak ng tinapay ay naging maputlang ginto sa loob ng 30 segundo.

f) Ilagay ang 100g caster sugar sa isang mangkok na handa na para sa pag-aalis ng alikabok, pagkatapos ay maingat na ilagay ang mga donut sa mainit na mantika gamit ang isang slotted na kutsara sa mga grupo ng 2-3 at iprito ng 2 minuto sa bawat panig hanggang sa ginintuang kayumanggi. Alisin gamit ang isang slotted na kutsara at direktang ilagay sa mangkok ng asukal, ihahagis sa coat, pagkatapos ay ayusin sa isang cooling rack.

g) Habang lumalamig ang mga donut, ilagay ang cherry jam sa isang piping bag at ang whipped cream sa isa pa at hiwain ng 1cm na butas sa dulo ng bawat bag.

h) Kumuha ng pinalamig na donut at gumawa ng maliit na hiwa gamit ang isang matalim na kutsilyo sa isang gilid, hanggang sa gitna ng iyong donut. Ngayon kumuha ng isang kutsarita at ipasok ito sa butas hanggang ang tasa ng kutsara ay umabot sa gitna, pagkatapos ay i-twist ang kutsarita ng 360 degrees at bunutin ang sentro ng kuwarta; itapon.

i) Dalhin ang piping bag ng jam at i-pipe ang tungkol sa 1 kutsara ng jam sa gitna, pagkatapos ay gawin ang parehong sa cream, siguraduhin na ang mga donut ay matambok at puno ng pagpuno. Ilagay muli ang mga ito sa cooling rack.

j) Ilagay ang mga sangkap ng icing sa isang maliit na mangkok na may 2-3 kutsarang tubig at haluing mabuti hanggang ang icing ay maging makapal at makintab at mabalot ang likod ng isang kutsarita. Ibuhos ang bawat donut ng 1 kutsara ng icing sa isang masikip na pattern ng zigzag.

k) Pagkatapos, gamit ang isang potato peeler, mag-ahit ng manipis na shavings ng plain chocolate mula sa gilid ng bar papunta sa isang plato. Gamit ang isang kutsarita, iwisik ang mga shavings sa mga donut.

l) Ihain kasama ng sariwang seresa.

6. Black Forest French Toast

Ginagawa: 1 serving

MGA INGREDIENTS:
- 2 hiwa ng challah bread, hiniwang makapal
- 2 itlog
- 2 - 3 kutsarang kalahati at kalahati, o gatas
- 4 - 6 na kutsarang asukal
- 2 - 3 kutsarang Hershey cocoa, unsweetened approx.
- 1 kutsarita ng vanilla
- 1 kutsarita ng kanela, lupa
- 1 pakurot ng asin
- 2 - 3 kutsarang cream cheese, o whipped cream cheese

TOPPING PARA SA FRENCH TOAST
- 1 bote ng espesyal na dark chocolate syrup ni Hershey
- 1 garapon ng sour cherry preserves o sour cherry jam
- 1 garapon ng griottines (cherries sa kirsch)
- 1 lata whipped cream
- ¼ c semi-sweet chocolate chips

MGA TAGUBILIN:
a) Kumuha ng medyo malaking sukat na mangkok upang maghanda ng timpla para sa paglubog ng toast.
b) Idagdag ang iyong itlog at haluin ang mga ito. Pagkatapos ay idagdag ang kalahati at kalahati, vanilla, cinnamon, stevia, at Hershey's cocoa.
c) Paghaluin ang lahat ng ito nang sama-sama. Kakailanganin ng kaunting whisking upang maisama ang tsokolate ngunit ito ay pagkatapos ng ilang minuto.
d) Painitin ang oven sa 350 o gumamit ng toaster oven.
e) Init ang mantika o mantikilya sa isang kawali.
f) Ngayon kumuha ng isang slice ng tinapay at isawsaw ito sa pinaghalong mababad, i-flip ito at kunin din ang kabilang panig. Ulitin para sa kabilang slice.
g) Ipagpag ang labis, at ilagay sa kawali upang maluto. Lutuin hanggang ang magkabilang panig ay maganda at malutong na kayumanggi.

h) Maglagay ng isang slice ng toast sa isang plato at mapagbigay na magdagdag ng ilang cream cheese at itaas na may ilang chocolate chips.

i) Idagdag ang iyong isa pang slice ng toast sa itaas. Ngayon, ilagay ang iyong 2 hiwa ng toast sa isang baking dish at sa oven/o toaster oven nang mga 5 minuto hanggang sa matunaw ang mga chips. Alisin at plato.

j) Magdagdag ng ilan sa mga maaasim na cherry sa ibabaw ng toast na may ilang kutsara ng matamis na likido. Idagdag ang iyong whipped cream, magdagdag ng 3 o 4 na Griottine at isang kutsara o higit pa ng kirsch sa ibabaw, at ibuhos ang iyong Hershey's chocolate syrup sa buong French toast.

k) Magdagdag pa ng ilang chocolate chips...ngayon handa ka nang kainin ang pinakabulok na French Toast na natamo mo. Sarap sa bawat kagat!

7. Black Forest Hot Chocolate

Gumagawa: 2 servings

MGA INGREDIENTS:
MAINIT NA TSOKOLATE:
- 1 tasang buong gatas
- 2 kutsarang butil na asukal
- 1 ½ kutsarang unsweetened cocoa powder
- 1 kutsarang Amarena cherry juice
- ½ kutsarita purong vanilla extract
- 1/16 kutsarita ng asin sa dagat
- 1 ½ ounces 72% dark chocolate tinadtad

MGA TOPPING:
- 4 na kutsarang mabigat na whipping cream na hinagupit sa malambot na mga taluktok
- 2 Amarena cherry
- 2 kutsarita ng dark chocolate curls

MGA TAGUBILIN:
a) Idagdag ang gatas, asukal, cocoa powder, cherry juice, vanilla, at asin sa isang maliit na kasirola sa katamtamang init at whisk upang pagsamahin.
b) Kapag kumulo, haluin ang tinadtad na tsokolate.
c) Dalhin sa isang kumulo at lutuin hanggang bahagyang lumapot, tungkol sa 1 minuto, whisking palagi.
d) Ibuhos sa 2 mug at itaas ang bawat isa sa kalahati ng whipped cream, 1 cherry, at 1 kutsarita ng chocolate curls.
e) Ihain kaagad.

8. Black Forest Chocolate Buns

Gumagawa: 12 - 14 na rolyo

MGA INGREDIENTS:
DOUGH:
- 1 ½ kutsarang aktibong dry yeast
- 1 ¾ tasa ng full-fat na gata ng niyog na mainit ngunit hindi mainit
- ¾ kutsarita ng asin
- 2 ½ kutsarang mantika at higit pa para sa pagpapadulas ng kawali
- ⅔ tasa ng asukal
- 4 ¼ tasa ng harina at higit pa para sa ibabaw ng trabaho

PAGPUPUNO:
- 2 kutsarang langis ng niyog
- 2 ½ tasa sariwang seresa pitted at hiwa sa kalahati
- ½ tasang asukal
- 1 kutsarita vanilla extract
- kurot ng cinnamon opsyonal
- ¼ kutsarita ng asin
- 1 tasang dairy-free semi-sweet chocolate chips

ICING:
- 2 tasang powdered sugar
- ⅓ tasa ng coconut cream
- ¼ tasa ng pulbos ng kakaw
- 1 kutsarita vanilla extract
- kurot ng asin

MGA TAGUBILIN:
a) Sa mangkok ng isang stand mixer (o isang malaking mangkok), i-dissolve ang lebadura sa gatas at hayaang umupo ng mga 5 minuto hanggang sa bubbly. Haluin ang asukal, mantika, at asin hanggang sa pagsamahin.

b) Magdagdag ng harina nang paisa-isa hanggang sa magkadikit ang iyong kuwarta at magsimulang humiwalay sa mga gilid ng mangkok.

c) Takpan ang mangkok ng isang basang tuwalya o plastic wrap at ilagay ito sa isang mainit na lugar upang tumaas hanggang dumoble ang laki.

d) Samantala, gawin ang iyong pagpuno. Pagsamahin ang mga cherry, mantikilya, asin, at asukal sa isang medium na kasirola sa medium-low heat.

e) Dalhin ang timpla sa isang malambot na pigsa, haluing malumanay, at lutuin ng 10-12 minuto hanggang sa ang sarsa ay magsimulang lumapot nang sapat upang masakop ang likod ng isang kutsara.

f) Alisin mula sa init at magdagdag ng vanilla at cinnamon, pagkatapos ay itabi. Magpahid ng 13x9 inch glass pan at sandok ng ilang kutsarang sarsa mula sa mga cherry sa (mga) kawali.

g) Hatiin ang kuwarta sa kalahati at igulong ang kalahati sa ibabaw ng bahagyang harina sa isang parihaba, humigit-kumulang ¼ pulgada ang kapal. Ikalat ang ½ ng cherry filling sa pantay na layer sa ibabaw at budburan ng ½ tasa ng chocolate chips.

h) Simula sa maikling dulo, i-roll up ito hanggang sa magkaroon ka ng log of sorts.

i) Pagkatapos gamit ang isang matalim na kutsilyo, gupitin sa 6 (o 7 spiral kung gumagamit ng isang bilog na kawali) at ilagay sa inihandang kawali (spiral na nakaharap sa itaas). Ulitin sa isa pang kalahati ng kuwarta hanggang sa magkaroon ka ng 12 roll. Takpan ang mga kawali at hayaang tumaas ang mga ito habang umiinit ang oven.

j) Painitin ang hurno sa 350 degrees F (175 C). Maghurno ng 30-40 minuto hanggang sa magsimulang mag-brown ang mga gilid. Alisin ang (mga) pan mula sa oven at hayaang lumamig nang humigit-kumulang 5 minuto bago ihain.

k) Para sa icing, haluin ang mga sangkap sa isang medium na mangkok hanggang sa makapal at makinis. Ihain sa ibabaw ng mainit na buns.

9. Mainit na Black Forest Oatmeal

Gumagawa: 2

MGA INGREDIENTS:
- 1 tasang rolled oats
- 2 tasang unsweetened almond milk
- 1 tasa ng cherry, pitted at hatiin
- 1 ½ kutsarang cocoa powder
- 3 Medjool date, pitted (o sweetener na gusto)
- ½ kutsarita vanilla extract
- 1 kutsarang chia seeds

MGA TAGUBILIN:
a) Idagdag ang oats, gatas, at chia seeds sa isang maliit na kasirola. Pakuluan sa mababang init, pagkatapos ay bawasan ang init sa mababang katamtaman. Paghaluin ang mga cherry at hayaang kumulo hanggang makapal at mag-atas, mga 5 minuto.
b) Ihain nang mainit kasama ng iba pang mga toppings na gusto mo.

10. <u>Black Forest Waffles</u>

Gumagawa: 16 waffle squares

MGA INGREDIENTS
PARA SA CHERRY SAUCE:
- ¾ pound sariwang seresa
- ⅓ tasa ng butil na asukal
- 2 kutsarita ng gawgaw

PARA SA WHIPPED CREAM:
- 1 tasang mabigat na whipping cream
- ½ kutsarita ng vanilla extract

PARA SA DARK CHOCOLATE WAFFLES:
- 2 tasang all-purpose na harina
- ½ tasa ng unsweetened cocoa powder
- ¼ tasa (naka-pack na) brown sugar
- 2 kutsarita ng baking powder
- 1 kutsarita ng baking soda
- 1 kutsarita ng asin
- 3 itlog
- 2 tasang buttermilk
- ½ tasa ng langis ng gulay
- 1 kutsarita vanilla extract
- 6 ounces mapait na tsokolate, pinong tinadtad

MGA TAGUBILIN
a) Ilagay ang hiniwa at pitted na cherry sa isang medium-sized na kasirola na may asukal at 2 kutsarang tubig.

b) Lutuin ang mga cherry sa katamtamang init hanggang malambot.

c) Sa isang maliit na mangkok, pagsamahin ang cornstarch na may 2 kutsarita ng tubig. Haluin hanggang mawala ang lahat ng bukol.

d) Ibuhos ang cornstarch sa cherry sauce, patuloy na whisking.

e) Magluto sa mababang pigsa para sa isa pang 2-3 minuto, o hanggang sa lumapot ang sarsa.

f) Sa isang malaking mangkok, haluin ang mga tuyong sangkap para sa mga waffle.
g) Gumawa ng balon sa mga tuyong sangkap.
h) Sa isang katamtamang mangkok, haluin ang gatas, langis, banilya, at pula ng itlog.
i) Ibuhos ang pinaghalong sa balon sa mga tuyong sangkap, at haluin hanggang sa pagsamahin lamang.
j) Matunaw ang tsokolate at dahan-dahang itupi ito sa waffle batter.
k) Sa isa pang mangkok, gumamit ng electric mixer upang talunin ang mga puti ng itlog hanggang sa mabuo ang stiff peak.
l) I-fold ang egg whites sa waffle batter hanggang sa pagsamahin lang.
m) Ibuhos ang batter sa isang preheated waffle iron at lutuin hanggang malutong.
n) Sa isang medium-sized na mangkok, hagupitin ang heavy whipping cream at vanilla extract hanggang sa mabuo ang soft peak.
o) Kutsara ang whipped cream sa mga waffle at itaas ng cherry sauce.

11. Mga Pancake ng Black Forest

Gumagawa: 2

MGA INGREDIENTS
- 1 tasang harina
- ¼ tasa ng unsweetened cocoa powder
- ¼ tasa ng asukal
- ½ kutsarita ng baking powder
- ½ kutsarita ng asin
- 1 tasang gatas
- 1 itlog
- 2 kutsarang mantikilya, natunaw
- 1 splash kirsch (opsyonal)
- 2 tasang cherry, pitted at hatiin
- 2 kutsarang asukal
- 2 kutsarita ng gawgaw
- ¼ tasa ng tubig
- ½ tasa ng whipping cream
- 2 kutsarang asukal

MGA TAGUBILIN

a) Paghaluin ang harina, cocoa powder, asukal, baking powder, at asin sa isang malaking mangkok.

b) Paghaluin ang gatas, itlog, mantikilya, at kirsch sa isa pang malaking mangkok.

c) Paghaluin ang mga basang sangkap sa mga tuyong sangkap.

d) Init ang isang kawali sa katamtamang init at tunawin ang isang dampi ng mantikilya sa loob nito.

e) Ibuhos ang ¼ tasa ng pinaghalong sa kawali at lutuin hanggang ang ibabaw ay magsimulang bumula at ang ilalim ay ginintuang kayumanggi, mga 2-3 minuto.

f) I-flip ang pancake at lutuin ang kabilang panig hanggang sa maging golden brown ang ilalim, mga 1-2 minuto. Ulitin para sa natitirang batter.

g) Samantala, kumulo ang mga cherry, asukal, gawgaw, at tubig sa katamtamang apoy hanggang sa lumapot ang sarsa, mga 5 minuto.

h) Talunin ang cream at asukal hanggang sa ito ay bumuo ng malambot na mga taluktok.

12. Black Forest Smoothie Bowl

1 tasa ng frozen dark cherries
1/2 tasa ng vanilla yogurt
1/2 tasa ng almond milk
1 kutsarang unsweetened cocoa powder
1/2 na saging, hiniwa
1/4 tasa ng granola
Whipped cream, para sa topping
Chocolate shavings, para sa topping
Mga Direksyon: Sa isang blender, pagsamahin ang frozen cherries, yogurt, almond milk, at cocoa powder. Haluin hanggang makinis at mag-atas. Ibuhos ang timpla sa isang mangkok at ibabawan ng hiniwang saging, granola, whipped cream, at chocolate shavings.

13. Black Forest Breakfast Bowl

1 tasang lutong quinoa
1/2 tasa pitted at tinadtad dark cherries
1/4 tasa ng mini chocolate chips
1/4 tasa hiniwang almendras
Whipped cream, para sa topping
Chocolate shavings, para sa topping
Mga Direksyon: Sa isang mangkok, pagsamahin ang nilutong quinoa, tinadtad na cherry, mini chocolate chips, at hiniwang almond. Ibabaw na may whipped cream at chocolate shavings.

14. Black Forest Breakfast Bar

1 tasang rolled oats
1/2 tasa ng all-purpose na harina
1/2 kutsarita ng baking powder
1/4 kutsarita ng asin
1/2 tasa unsalted butter, pinalambot
1/2 tasang naka-pack na brown sugar
1 malaking itlog
1 kutsarita vanilla extract
1/2 tasa pitted at tinadtad dark cherries
1/2 tasa ng mini chocolate chips

Mga Direksyon: Painitin ang hurno sa 350°F. Magpahid ng 9x9 inch baking pan. Sa isang medium mixing bowl, haluin ang mga rolled oats, harina, baking powder, at asin. Sa isang malaking mangkok ng paghahalo, talunin ang mantikilya at brown sugar hanggang sa liwanag at malambot. Talunin ang itlog at vanilla extract. Dahan-dahang paghaluin ang mga tuyong sangkap hanggang sa maayos na pagsamahin. Haluin ang tinadtad na seresa at mini chocolate chips. Ikalat ang pinaghalong pantay-pantay sa inihandang baking pan. Maghurno para sa 25-30 minuto, o hanggang sa ginintuang kayumanggi. Hayaang lumamig bago hiwain sa mga breakfast bar.

15. Black Forest Bagel

1 lahat ng bagel
2 kutsarang cream cheese
1/2 tasa pitted at tinadtad dark cherries
1/4 tasa ng mini chocolate chips
Mga Direksyon: I-toast ang lahat ng bagel ayon sa gusto mo. Ikalat ang cream cheese sa bagel at itaas na may tinadtad na cherry at mini chocolate chips.

16. Mga Biskwit ng Black Forest

2 tasang all-purpose na harina
1 kutsarang baking powder
1/2 kutsarita ng baking soda
1/4 kutsarita ng asin
1/4 tasa ng unsweetened cocoa powder
1/4 tasa ng butil na asukal
1/2 tasa unsalted butter, pinalamig at cubed
3/4 tasa ng mantikilya
1/2 tasa pitted at tinadtad dark cherries
1/4 tasa ng mini chocolate chips
Whipped cream, para sa topping
Chocolate shavings, para sa topping
Mga Direksyon: Painitin ang hurno sa 425°F. Sa isang malaking mixing bowl, haluin ang harina, baking powder, baking soda, asin, cocoa powder, at granulated sugar. Gamit ang isang pastry cutter o ang iyong mga daliri, gupitin ang mantikilya sa mga tuyong sangkap hanggang ang timpla ay maging katulad ng mga magaspang na mumo. Dahan-dahang ihalo ang buttermilk hanggang mabuo ang kuwarta. Paghaluin ang tinadtad na cherry at mini chocolate chips. Ilabas ang kuwarta sa isang bahagyang nilagyan ng harina at masahin sandali. Igulong ang kuwarta sa 1/2 pulgadang kapal at gupitin sa biskwit gamit ang pamutol ng biskwit o pamutol ng cookie. Ilagay ang mga biskwit sa isang greased baking sheet at maghurno ng 12-15 minuto, o hanggang sa ginintuang kayumanggi. Ibabaw na may whipped cream at chocolate shavings.

17. Black Forest Smoothie

1 tasang almond milk
1/2 tasa pitted at tinadtad dark cherries
1/4 tasa plain Greek yogurt
2 kutsarang unsweetened cocoa powder
1 kutsarang pulot
1/2 na saging
1/4 tasa ng mini chocolate chips

Mga Direksyon: Sa isang blender, haluin ang almond milk, tinadtad na cherry, Greek yogurt, cocoa powder, honey, at saging hanggang makinis. Idagdag ang mini chocolate chips at pulso hanggang sa maputol ang mga ito sa maliliit na piraso. Ihain kaagad.

18. Black Forest Granola

3 tasang makalumang rolled oats
1 tasang hiniwang almendras
1/4 tasa ng unsweetened cocoa powder
1/4 kutsarita ng asin
1/4 tasa ng langis ng niyog, natunaw
1/4 tasa ng pulot
1 kutsarita vanilla extract
1/2 tasa pitted at tinadtad dark cherries
1/4 tasa ng mini chocolate chips

Mga Direksyon: Painitin muna ang hurno sa 325°F. Sa isang malaking mixing bowl, pagsamahin ang mga oats, slivered almonds, cocoa powder, at asin. Sa isang hiwalay na mangkok ng paghahalo, haluin ang langis ng niyog, pulot, at vanilla extract. Unti-unting ibuhos ang mga basang sangkap sa mga tuyong sangkap, haluin hanggang sa maayos na pinagsama. Ikalat ang pinaghalong sa isang greased baking sheet at maghurno ng 25-30 minuto, paminsan-minsang paghahalo, o hanggang sa ginintuang kayumanggi. Hayaang lumamig. Kapag lumamig, ihalo ang tinadtad na seresa at mini chocolate chips. Mag-imbak sa isang lalagyan ng airtight.

19. Black Forest Overnight Oats

1/2 tasa ng makalumang rolled oats
1/2 tasa ng almond milk
1/2 tasa pitted at tinadtad dark cherries
2 kutsarang unsweetened cocoa powder
1 kutsarang pulot
1/4 kutsarita vanilla extract
1/4 tasa ng mini chocolate chips

Mga Direksyon: Sa isang maliit na mangkok ng paghahalo, pagsamahin ang mga oats, almond milk, tinadtad na cherry, cocoa powder, honey, at vanilla extract. Haluing mabuti. Ilipat ang pinaghalong sa isang mason jar o airtight container. Takpan at palamigin magdamag. Sa umaga, itaas na may mini chocolate chips at karagdagang tinadtad na seresa, kung ninanais.

20. Black Forest Protein Shake

1 tasa ng unsweetened almond milk
1/2 tasa pitted at tinadtad dark cherries
1 scoop na chocolate protein powder
2 kutsarang unsweetened cocoa powder
1 kutsarang pulot
1/4 kutsarita vanilla extract
1/4 tasa ng mini chocolate chips

Mga Direksyon: Sa isang blender, haluin ang almond milk, tinadtad na cherry, chocolate protein powder, cocoa powder, honey, at vanilla extract hanggang makinis. Idagdag ang mini chocolate chips at pulso hanggang sa maputol ang mga ito sa maliliit na piraso. Ihain kaagad.

21. Black forest smoothie

MGA INGREDIENTS
PARA MAGHANDA
- 1 (16-onsa) na bag ng frozen pitted sweet cherries
- 2 tasang baby spinach
- 2 kutsarang cocoa powder
- 1 kutsarang chia seeds

MAGLINGKOD
- 1 tasa ng unsweetened chocolate almond milk
- ¾ tasa vanilla 2% Greek yogurt
- 3 kutsarita ng maple syrup
- 1 kutsarita vanilla extract

MGA TAGUBILIN:
a) Pagsamahin ang mga cherry, spinach, cocoa powder, at chia seeds sa isang malaking mangkok. Hatiin sa 4 na ziplock freezer bag. I-freeze nang hanggang isang buwan, hanggang handa nang ihain.

b) PARA MAGHIGAY NG ISANG SERVING: Ilagay ang mga laman ng isang bag sa isang blender at magdagdag ng ¼ cup almond milk, 3 tablespoons yogurt, ¾ teaspoon maple syrup, at ¼ teaspoon vanilla. Haluin hanggang makinis. Ihain kaagad.

MGA MERYenda

22. Mga bar ng itim na kagubatan

Gumagawa: 54 servings

MGA INGREDIENTS:
- 16 ounces ng Sour cherries; pitted
- 8 ounces ng No-sugar chocolate cake mix;
- 2 kutsarang SUGAR REPLACEMENT;

MGA TAGUBILIN:
a) Patuyuin nang mabuti ang mga cherry. Pagsamahin ang cake mix, cherries, at sugar replacement sa isang mixing bowl.
b) Haluin upang maihalo nang lubusan.
c) Ikalat ang batter sa isang well-greased 9-inch pan.
d) Maghurno sa 375 degrees para sa 20-25 minuto.
e) Gupitin sa 1 X 1½ bar.

23. Mga Black Forest Cherry Bar

MGA INGREDIENTS:
- 3 21-ounce na lata ng cherry pie filling, hinati
- 18-½ onsa pkg. halo ng chocolate cake
- ¼ c. langis
- 3 itlog, pinalo
- ¼ c. cherry-flavored brandy o cherry juice
- 6-ounce na pkg. semi-sweet chocolate chips
- Opsyonal: whipped topping

MGA TAGUBILIN:

a) Palamigin ang 2 lata ng pie filling hanggang lumamig. Gamit ang electric mixer sa mababang bilis, haluin ang natitirang lata ng pie filling, dry cake mix, mantika, itlog, at brandy o cherry juice hanggang sa maihalo.

b) Haluin ang chocolate chips.

c) Ibuhos ang batter sa isang bahagyang greased 13"x9" baking pan. Maghurno sa 350 degrees sa loob ng 25 hanggang 30 minuto, hanggang sa malinis ang isang toothpick; chill. Bago ihain, ikalat nang pantay-pantay ang pinalamig na pie filling sa ibabaw.

d) Gupitin sa mga bar at ihain na may whipped topping, kung ninanais. Naghahain ng 10 hanggang 12.

24. Mga cupcake ng black forest cheese

Gumagawa: 18 servings

MGA INGREDIENTS:
- 24 Vanilla ostiya
- 16 ounces ng Cream cheese
- 1¼ tasa ng Asukal
- ⅓ tasa ng kakaw
- 2 kutsarang harina
- 3 Itlog
- 1 tasa ng kulay-gatas
- ½ kutsarita ng almond extract
- Topping ng cocoa sour cream
- Canned cherry pie filling, pinalamig
- Black Forest Cheese Cupcake

MGA TAGUBILIN:
a) Painitin ang hurno sa 325 degrees. Linya ng muffin pan na may foil-laminated baking cups.

b) Ilagay ang vanilla wafer sa ilalim ng bawat isa. Sa isang malaking mangkok ng panghalo, talunin ang cream cheese hanggang makinis.

c) Magdagdag ng asukal, kakaw, at harina; timpla ng mabuti.

d) Magdagdag ng mga itlog; matalo ng maayos. Haluin ang sour cream at almond extract.

e) Punan ang bawat inihandang tasa na halos puno ng halo. Maghurno ng 20-25 minuto o hanggang sa ma-set. Alisin mula sa oven; palamig ng 5 hanggang 10 minuto.

f) Ikalat ang isang kutsarita ng cocoa sour cream sa bawat tasa. Palamig nang lubusan sa mga kawali; palamigin.

g) Palamutihan ng isang maliit na piraso ng cherry pie filling bago ihain.

h) Palamigin ang mga natira.

25. Black forest pizza

Gumagawa: 12 Servings

MGA INGREDIENTS:
- 19⅛ onsa Brownie mix; inihanda ang batter ayon sa mga direksyon ng pakete
- 8 ounces ng Cream cheese; lumambot
- 2 kutsarang asukal sa mga confectioner
- 8 ounces Frozen whipped topping; lasaw
- 20 ounces ng Cherry pie filling

MGA TAGUBILIN:
a) Painitin muna ang oven sa 350F. Ikalat ang inihandang batter nang pantay-pantay sa ilalim ng isang 12-pulgadang pizza pan na pinahiran ng nonstick baking spray.
b) Maghurno ng 20 hanggang 25 minuto, o hanggang sa lumabas na malinis ang isang kahoy na toothpick na ipinasok sa gitna; Hayaang lumamig. Sa isang malaking mangkok, na may electric beater sa katamtamang bilis, talunin ang cream cheese, asukal ng mga confectioner, at whipped topping hanggang makinis.
c) Gamit ang isang basang kutsilyo sa mesa, ikalat ang pinaghalong pantay sa ibabaw ng brownie pizza, pagkatapos ay sandok ang pagpuno ng cherry pie nang pantay-pantay sa ibabaw nito.
d) Gupitin at ihain kaagad, o takpan at palamigin hanggang handa nang ihain.

26. Black Forest Cream Puffs

Gumagawa: 12

MGA INGREDIENTS:
- ½ tasang gatas
- ½ tasang tubig
- ½ tasang mantikilya
- 1 tasang all-purpose na harina
- 5 itlog
- 5 tasang frozen, unsweetened, pitted, maasim na pulang seresa, lasaw
- Tubig
- 1 tasang asukal
- ¼ tasa ng gawgaw
- ¼ tasa ng kirsch (black cherry liqueur) o orange juice
- 3 patak ng pulang pangkulay ng pagkain
- 1 kutsarang banilya
- 2 ounces semisweet chocolate, natunaw at pinalamig
- 1 tasa whipping cream, whipped

MGA TAGUBILIN:

a) Para sa cream puffs, sa isang medium saucepan, pagsamahin ang gatas, tubig, at mantikilya. Dalhin sa kumukulo. Idagdag ang all-purpose flour nang sabay-sabay, ihalo nang masigla. Lutuin at haluin hanggang ang timpla ay bumuo ng bola na hindi naghihiwalay. Alisin ang kasirola mula sa apoy. Palamigin ang cream puff mixture sa loob ng 5 minuto. Magdagdag ng mga itlog, isa-isa, matalo gamit ang isang kahoy na kutsara pagkatapos ng bawat karagdagan hanggang makinis.

b) I-drop ang kuwarta sa pamamagitan ng pagtambak ng mga kutsara sa isang greased baking sheet para sa kabuuang 12 cream puffs.

c) Maghurno sa isang 400-degree F oven para sa mga 30 minuto o hanggang sa ginintuang. Mga cool na puff sa isang wire rack. Hatiin ang mga puff at alisin ang anumang malambot na masa mula sa loob.

d) Samantala, para sa pagpuno ng cherry, ilagay ang mga lasaw na cherry sa isang salaan sa ibabaw ng isang 2-tasang panukat na tasa; alisan ng tubig ang mga cherry, nagreserba ng cherry juice. Magdagdag ng sapat na tubig sa nakareserbang cherry juice upang makagawa ng 2 tasang likido; itabi ang mga cherry.

e) Sa isang malaking kasirola, paghaluin ang asukal at cornstarch. Ihalo ang cherry-juice mixture, kirsch, at red food coloring. Lutuin at haluin sa katamtamang apoy hanggang lumapot at mabula. Lutuin at haluin ng 2 minuto pa. Alisan sa init; haluin ang vanilla at cherry. Takpan at palamigin ng humigit-kumulang 2 oras o hanggang sa lumamig nang husto.

f) Upang mag-ipon, kutsara ang pagpuno ng cherry sa loob ng mga puff. Ibuhos ang mga puff na may tinunaw na tsokolate. Ihain kasama ng whipped cream.

27. Black Forest Brownie Bites

Gumagawa: 24

MGA INGREDIENTS:
- ½ tasang unsalted butter
- 3 oz semisweet na tsokolate, tinadtad
- 1 tasa ng butil na asukal
- ¼ tasa ng pulbos ng kakaw
- 2 itlog
- 1 kutsarita vanilla extract
- ½ tasang all-purpose na harina
- ½ kutsarita ng asin
- ¾ tasa Cherry Pie Filling
- ⅓ tasa 35% whipping cream
- 2 kutsarang icing sugar

MGA TAGUBILIN:

a) Painitin muna ang oven sa 350°F (180°C).

b) Grasa ang isang 24-mini muffin pan at alikabok ng cocoa powder; itabi.

c) Matunaw ang mantikilya at tsokolate sa isang mangkok na hindi tinatablan ng init na nakalagay sa halos kumukulong tubig, paminsan-minsang hinahalo. Alisan sa init. Ihalo ang asukal at cocoa powder. Palamig ng kaunti.

d) Haluin ang mga itlog sa pinaghalong tsokolate, paisa-isa, hanggang sa maayos na pinagsama. Haluin ang vanilla. Sa isang hiwalay na mangkok, haluin ang harina at asin hanggang sa pagsamahin. Haluin sa pinaghalong tsokolate.

e) Sandok nang pantay-pantay sa inihandang kawali. Maghurno ng 18 hanggang 20 minuto o hanggang sa ilang basa-basa na mumo lang ang dumikit sa toothpick kapag ipinasok sa gitna ng brownie.

f) Hayaang lumamig nang lubusan sa kawali. Alisin sa kawali. Kapag handa nang ihain, i-whip cream at icing sugar gamit ang electric beaters hanggang sa maging stiff peak. Itaas ang bawat pantay na may whipped cream at ang natitirang cherry pie filling. Ihain kaagad.

28. Black Forest Wine Rice Crispy Treats

Gumagawa: 16 bar

MGA INGREDIENTS:
- 3 kutsarang mantikilya
- 4 na tasa ng mini-marshmallow
- ½ tasa ng Pennsylvania cherry wine
- 5 tasang puffed rice cereal
- ½ tasa tinadtad na tuyo na seresa
- ¼ tasa semisweet chocolate chips

MGA TAGUBILIN:

a) Iguhit ang isang baking sheet na may parchment paper. Pagwilig ng mantika.

b) Sa isang medium na kasirola sa katamtamang init, matunaw ang mantikilya. Magdagdag ng marshmallow at haluin hanggang matunaw.

c) Alisin mula sa init at magdagdag ng alak at cereal. Haluin hanggang sa pagsama-samahin lamang at ang marshmallow ay ipamahagi.

d) Magdagdag ng pinatuyong seresa at tsokolate chips at ihalo hanggang sa ganap na maisama. Ibuhos sa isang inihandang sheet pan, takpan ng pergamino, at palamigin. Hiwain at ihain.

29. Black Forest Energy Balls

Gumagawa: 8

MGA INGREDIENTS:
- 200g pitted date
- 1 tasang giniling na almendras
- ¾ tasa ng pinatuyong niyog
- ½ tasang rolled oats
- 2 kutsarang cocoa powder
- 2 kutsarang langis ng niyog
- 1 kutsarang maple syrup
- 20g buong freeze-dried cherries, gumuho

MGA TAGUBILIN:
a) Pakuluan ang isang buong takure
b) Ilagay ang mga petsa sa isang medium heat-proof na mangkok at takpan ng kumukulong tubig. Mag-iwan ng halos 10 minuto, hanggang sa magsimulang lumambot. Patuyuin ng mabuti.
c) Pagsamahin ang mga giniling na almendras, desiccated coconut, rolled oats, at cocoa powder sa isang blender na may babad na petsa, langis ng niyog, at maple syrup. Haluin ng 2-3 minuto, hanggang makinis.
d) Igulong ang timpla sa mga bolang kasing laki ng kutsara na may malinis na basang mga kamay at ilagay sa isang plato/tray. Ilagay sa refrigerator ng mga 30 minuto para matigas.
e) Gamit ang malinis, tuyong mga kamay, durugin ang pinatuyong mga seresa sa isang plato. Banayad na igulong ang mga bola ng enerhiya sa cherry crumble.

30. Black Forest Trail Mix

Gumagawa: 14 servings

MGA INGREDIENTS:
- 1 tasang dark chocolate chips
- 1 tasang pinatuyong cranberry
- 1 tasang pinatuyong seresa
- 1 tasang inihaw na inasnan na mani
- 1 tasa buong inasnan na mga almendras
- 1 tasang inasnan na inihaw na kasoy nang buo, hindi mga piraso
- 1 tasang hazelnuts na tinatawag ding filberts

MGA TAGUBILIN:
a) Sa isang malaking mangkok ng paghahalo, pagsamahin ang lahat ng mga sangkap at haluin hanggang sa pantay na halo.
b) Mag-imbak ng trail mix sa isang lalagyan ng airtight nang hanggang isang buwan.

31. Black Forest Cookies

Gumagawa ng: 18 Malaking cookies

MGA INGREDIENTS:
- 2 ¼ tasang All-purpose na harina
- ½ tasa Dutch process cocoa powder
- ½ kutsarita ng baking powder
- ½ kutsarita ng baking soda
- 1 kutsarita ng Asin
- 1 tasang unsalted butter na natunaw at pinalamig
- ¾ tasa ng brown sugar na nakabalot sa maliwanag o madilim
- ¾ tasa puting butil na asukal
- 1 kutsarita Purong vanilla extract
- 2 Malaking itlog sa temperatura ng silid
- 1 tasa puting tsokolate chips
- ½ tasa Semisweet chocolate chips
- 1 tasa sariwang seresa Hugasan, pitted, at gupitin sa quarters

MGA TAGUBILIN:
a) Matunaw ang mantikilya sa microwave at hayaan itong palamig ng 10-15 minuto hanggang sa maging temperatura ng silid. Ihanda ang mga cherry at gupitin ang mga ito sa maliliit na bahagi.
b) 1 tasang unsalted butter,1 tasang sariwang seresa
c) Painitin muna ang oven sa 350°F. Linya ang dalawang cookie sheet na may parchment paper. Itabi.
d) Sa isang medium na mangkok, paghaluin ang harina, cocoa powder, baking powder, baking soda, at asin. Itabi.
e) 2 ¼ tasa ng All-purpose na harina,½ tasa ng unsweetened cocoa powder,½ kutsarita Baking powder,½ kutsarita Baking soda,1 kutsarita Asin
f) Sa isang malaking mangkok, magdagdag ng tinunaw na mantikilya, brown sugar, asukal, banilya, at mga itlog. Gumamit ng rubber spatula para ihalo hanggang makinis.

g) 1 tasang unsalted butter,¾ cup Brown sugar,¾ cup White granulated sugar,1 kutsarita Purong vanilla extract,2 Malaking itlog

h) Idagdag ang mga tuyong sangkap at ihalo hanggang sa pinagsama. Ito ay magiging malambot na masa. Idagdag ang white chocolate chips, chocolate chips, at fresh cherries.

i) 1 tasang puting tsokolate chips, ½ tasa Semisweet chocolate chips, 1 tasa sariwang seresa

j) Gumamit ng isang malaking cookie scoop (3oz cookie scoop) upang i-scoop ang kuwarta. Maglagay ng 6 na cookie dough ball sa bawat cookie sheet.

k) Maghurno ng isang cookie sheet sa isang pagkakataon. Maghurno ng 13-15 minuto. Habang mainit-init, itaas na may dagdag na chocolate chips at puting chocolate chips.

l) Hayaang umupo ang cookie sa mainit na kawali sa loob ng 10 minuto. Pagkatapos, ilipat sa isang cooling rack upang palamig.

32. Black Forest Wine Rice Crispy Treats

Gumagawa: 16 bar

MGA INGREDIENTS:
- 3 kutsarang mantikilya
- 4 na tasa ng mini-marshmallow
- ½ tasa ng Pennsylvania cherry wine
- 5 tasang puffed rice cereal
- ½ tasa tinadtad na tuyo na seresa
- ¼ tasa semisweet chocolate chips

MGA TAGUBILIN:
a) Iguhit ang isang baking sheet na may parchment paper. Pagwilig ng mantika.
b) Sa isang medium na kasirola sa katamtamang init, matunaw ang mantikilya. Magdagdag ng marshmallow at haluin hanggang matunaw.
c) Alisin mula sa init at magdagdag ng alak at cereal. Haluin hanggang sa pagsama-samahin lamang at ang marshmallow ay ipamahagi.
d) Magdagdag ng pinatuyong seresa at tsokolate chips at ihalo hanggang sa ganap na maisama. Ibuhos sa isang inihandang sheet pan, takpan ng pergamino, at palamigin. Hiwain at ihain.

33. Black Forest Coffee Bomb

Gumagawa: 2 bomba

MGA INGREDIENTS:
- ½ tasa Isomalt natunaw
- 3-4 na kutsarita ng Instant na Kape
- 2 kutsarang Chocolate syrup
- Ahit na tsokolate

MGA TAGUBILIN:
a) Sa ilalim ng iyong kutsara, itulak ang isomalt sa mga gilid ng amag.
b) I-freeze ang mga bomb molds sa loob ng 5 minuto.
c) Balatan ang silicone mula sa mga hulma pagkatapos alisin ang mga ito sa freezer.
d) Sa bawat Isomalt bomb, magdagdag ng instant na kape, chocolate syrup, at Shaved chocolate.
e) Mag-init ng plato at pindutin ang isa sa mga walang laman na Isomalt cup na nakabukas-pababa sa patag na seksyon ng heating plate.
f) Ilagay kaagad itong pinainit na gilid na Isomalt sa ibabaw ng isa sa mga napunong tasa.
g) Ito ay sasali sa dalawang kalahati ng bomba.

34. Mga Patak ng Black Forest Oatmeal

MGA INGREDIENTS
COOKIE
- 1 tasang mantikilya, pinalambot
- ¾ tasa ng asukal
- ½ tasa na mahigpit na nakaimpake na brown sugar
- 2 malalaking Itlog
- 1 ½ kutsarita ng vanilla
- 1 ⅔ tasa ng all-purpose na harina
- 1 kutsarita ng baking soda
- ¼ kutsarita ng asin
- 2 tasang hindi luto na makalumang oats
- 1 ½ tasang semi-sweet chocolate chips
- 1 tasa ng pinatuyong tart cherries, tinadtad nang magaspang

Ambon
- 2 tasang powdered sugar
- 1 hanggang 2 kutsarita ng Kirsch o katas ng mansanas
- 2 hanggang 3 kutsarang tubig

MGA TAGUBILIN:
a) Painitin ang oven sa 350°F.

b) Pagsamahin ang mantikilya, asukal, at brown sugar sa isang mangkok. Talunin sa katamtamang bilis, i-scrape ang mangkok nang madalas, hanggang sa mag-atas. Magdagdag ng mga itlog at banilya; ipagpatuloy ang paghahalo hanggang sa maihalo. Magdagdag ng harina, baking soda, at asin; talunin sa mababang bilis hanggang sa maihalo. Paghaluin ang mga oats, chocolate chips, at cherries.

c) I-drop ang kuwarta sa pamamagitan ng bilugan na mga kutsarita, 2 pulgada ang pagitan, papunta sa mga walang basang cookie sheet. Maghurno para sa 10-12 minuto o hanggang sa ginintuang kayumanggi. Ganap na cool.

d) Pagsamahin ang powdered sugar at Kirsch sa isang mangkok. Dahan-dahang pukawin ang sapat na tubig para sa nais na pare-pareho ng pag-ambon. Ibuhos ang pinalamig na cookies.

35. Amaretto Cannoli

Gumagawa: 6 Servings

MGA INGREDIENTS:
- 2¾ tasa All-purpose na harina; sinala
- 2 kutsarang Asukal
- ¼ tasa ng mantikilya
- 1 Itlog; binugbog
- ⅔ tasa ng Marsala wine; o sherry o matamis na alak
- 1 puti ng itlog
- Langis; para sa pagprito
- 1 libra Ricotta cheese
- 2 tasa ng asukal ng Confectioner; sinala
- ⅓ tasa ng minatamis na prutas; tinadtad na pinong (hinalo sa mga minatamis na seresa)
- 2 ounces Mapait na chocolate chips
- 2 kutsarang Amaretto; o Maraschino liqueur

MGA TAGUBILIN:
a) Dough: Paghaluin ang harina at asukal at gupitin sa mantikilya. Magdagdag ng itlog at alak nang paunti-unti pagkatapos ay bumuo ng timpla sa isang bola. Masahin ang kuwarta hanggang makinis, mga 5 minuto.
b) Takpan at hayaang tumayo ng hindi bababa sa 1 oras.
c) Pagpuno: Pindutin ang ricotta cheese sa pamamagitan ng isang salaan sa isang mangkok ng paghahalo. Magdagdag ng asukal, nagreserba ng 2 kutsara. Magdagdag ng mga minatamis na prutas na may mga cherry at chocolate chips. Palamigin sa refrigerator.
d) Samantala sa ibabaw ng floured, igulong ang kuwarta sa manipis na papel na mga bilog na humigit-kumulang 4 na pulgada ang lapad. Balutin ang mga tubo ng cannoli na pinahiran ng langis ng oliba. I-brush ang puti ng itlog sa flap para ma-seal.
e) Init ang mantika sa 380 F at i-deep fry ang kuwarta. Patuyuin sa ilang mga layer ng mga tuwalya ng papel. Palamig, pagkatapos ay maingat na i-slide ang mga metal na tubo. Kapag handa na upang ihain, at hindi bago, dahil ang masa ay magiging basa, pipe sa pagpuno sa pamamagitan ng pinakamalaking nguso ng gripo ng isang pastry bag. Maglagay ng ilang chocolate chips sa pagpuno sa bawat dulo.
f) Alikabok ang natitirang asukal ng mga confectioner at ihain kaagad.

36. Cannoli alla siciliana

Gumagawa: 12 servings

MGA INGREDIENTS:
Mga shell:
- 2 tasang All-purpose na harina
- 2 kutsarang Shortening
- 1 kutsarita ng Asukal
- ¼ kutsarita ng Asin
- ¾ tasa ng Alak, Marsala, Burgundy o Chablis
- Mantika

PAGPUPUNO:
- 3 tasang Ricotta
- ½ tasa ng asukal sa mga confectioner
- ¼ tasa ng kanela
- ½ parisukat na walang tamis
- Chocolate grated O
- ½ kutsarang Cocoa (parehong opsyonal)
- ½ kutsarita ng Vanilla
- 3 tablespoons Citron alisan ng balat, tinadtad
- 3 tablespoons Orange alisan ng balat, minatamis, tinadtad
- 6 Glace cherry, gupitin

MGA TAGUBILIN:
a) SHELLS: Pagsamahin ang harina, shortening, asukal at asin, at unti-unting basain ng alak, masahin gamit ang mga daliri hanggang sa mabuo ang medyo matigas na masa o i-paste. Bumuo ng bola, takpan ng tela at hayaang tumayo ng halos 1 oras.
b) Gupitin ang kuwarta sa kalahati at igulong ang kalahati ng kuwarta sa isang manipis na sheet na halos ¼ pulgada ang kapal.
c) Gupitin sa 4 na pulgadang parisukat. Maglagay ng metal tube nang pahilis sa bawat parisukat mula sa isang punto patungo sa isa pa, balutin ang kuwarta sa paligid ng tubo sa pamamagitan ng pag-overlap sa dalawang punto at pag-seal ng mga magkakapatong na punto ng isang maliit na puti ng itlog.

d) Samantala, painitin ang langis ng gulay sa malaking malalim na kawali para sa malalim na pagprito. Mag-drop ng isa o dalawang tubo sa isang pagkakataon sa mainit na mantika. Iprito nang dahan-dahan hanggang sa maging golden brown ang kulay.
e) Alisin mula sa kawali, hayaang lumamig at dahan-dahang alisin ang shell mula sa metal tube.
f) Itabi ang mga shell upang palamig. Ulitin ang pamamaraan hanggang sa magawa ang lahat ng mga shell.
g) Pagpupuno: Paghaluin nang maigi ang ricotta sa sinala ng mga tuyong sangkap. Magdagdag ng banilya at balat ng prutas. Haluin at haluing mabuti.
h) Palamigin sa refrigerator bago punan ang mga shell.
i) Punan ang malamig na mga shell ng cannoli; makinis na pagpuno nang pantay-pantay sa bawat dulo ng shell. Palamutihan ang bawat dulo ng isang piraso ng glace cherry at budburan ang mga shell ng asukal ng mga confectioner. Palamigin hanggang handa nang ihain.
j) Pinakamainam ang mga ito kung mapunan ang mga ito bago dumating ang iyong kumpanya.
a) may cocoa powder kung gusto.

37. Cannoli pie

Gumagawa ng: 1 Servings

MGA INGREDIENTS:
- 1½ pounds Ricotta cheese
- 1½ tasa ng asukal sa mga confectioner
- 3 kutsarang makapal na cream
- 12 Cherry, quartered
- 2 ounces matamis na tsokolate ni Baker
- 2 onsa Hiniwang almendras
- 1 Inihanda na chocolate crust
- Grated na tsokolate ng panadero

MGA TAGUBILIN:

a) Pagsamahin ang ricotta cheese, confectioner' sugar at heavy cream sa malaking mixing bowl; haluing mabuti hanggang makinis at mag-atas.

b) Magdagdag ng mga cherry, 2 ounces na tsokolate at mga almendras; haluin para maghalo.

c) Ibuhos sa inihanda na crust. Palamutihan ng pagwiwisik ng gadgad na tsokolate, kung ninanais.

d) Takpan ng foil at i-freeze 3 oras bago ihain. (Kung maging solid ang pie, hayaang lumambot nang bahagya bago ihain.

38. Glazed cherries cannoli

Gumagawa ng: 1 Servings

MGA INGREDIENTS:
- 1 libra Sinag na harina
- ¼ kutsarita ng kanela
- 1 kutsarang Powdered instant coffee
- Grated na balat ng kalahating lemon
- 2 onsa ng Asukal
- 1 Itlog bahagyang pinalo
- 1 Ang pula ng itlog ay bahagyang pinalo
- 2 kutsarang mantika sa pagluluto
- ½ tasang semi-matamis na alak
- Karagdagang 2 yolks; bahagyang pinalo
- Taba para sa deep frying
- 1½ pounds Ricotta
- 4 ounces Icing sugar
- 4 ounces Pag-inom ng tsokolate
- 4 ounces Glazed sherries
- 4 ounces toasted almonds [tinadtad]

MGA TAGUBILIN:

a) Dough-- paghaluin at salain ang harina, kanela, at kape sa isang mangkok. Haluin ang balat ng lemon, asukal, itlog at pula ng itlog at mantika.

b) Paghaluin gamit ang kamay na magdagdag ng sapat na alak upang pagsamahin ang mga sangkap upang bumuo ng isang masa. i-out sa isang floured board, at masahin hanggang makinis at nababanat tungkol sa 10 minuto. Palamigin ang kuwarta ng ilang oras.

c) Gupitin ang mga piraso ng kuwarta at igulong nang manipis. Gumupit ng mga parihaba na humigit-kumulang 3½ pulgada sa 5 pulgada at balutin ang isang tubo ng cannoli [isang metal na tubo na halos 1 pulgada ang diam. at humigit-kumulang 4-5 pulgada ang haba] I-seal ang mga gilid sa pamamagitan ng pagsisipilyo ng mga natitirang pula ng itlog.

d) Magprito ng dalawa o tatlo sa isang pagkakataon sa pamamagitan ng pagbagsak ng nakabalot na tubo sa malalim na mainit na taba. hanggang bahagyang kayumanggi, mga isang minuto.
e) Patuyuin sa sumisipsip na papel: hayaang lumamig nang bahagya pagkatapos ay itulak palabas mula sa isang dulo.
f) Ihanda ang palaman sa pamamagitan ng paghampas ng ricotta hanggang sa napakakinis at saka iwiwisik ang inuming tsokolate at icing sugar at haluing mabuti.
g) Paghaluin ang iba pang mga sangkap na nagreserba ng ilan sa mga tinadtad na almendras. Bago ihain, punuin ang cannoli ng ricotta filling at magtatapos sa inihaw na tinadtad na almendras.

39. Black Forest Cannoli

Gumagawa: 8

MGA INGREDIENTS:
PARA SA CANNOLI
- 2 malaking puti ng itlog
- 1/3 tasa ng asukal
- 1 kutsarang canola oil
- 1 kutsarang mantikilya, natunaw
- 2 kutsarita purong vanilla extract
- 1 kutsarang cocoa powder
- 1/3 tasa ng all-purpose na harina

PARA SA ROASTED CHERRIES
- 2 tasa sariwang seresa, pitted
- 1/3 tasa ng asukal
- 2 kutsarita ng gawgaw

PARA SA WHIPPED CREAM
- 1 tasang pinalamig na mabigat na whipping cream
- 1 kutsarang kirsch
- 1 tasang may pulbos na asukal

MGA TAGUBILIN:
a) Painitin muna ang oven sa 375.
b) Bahagyang grasa ang dalawang baking sheet na may baking spray; itabi.
c) Sa isang medium-size na mangkok, haluin ang mga puti ng itlog, asukal, langis ng canola, tinunaw na mantikilya, at banilya. Paikutin hanggang sa lubusan na pinagsama.
d) Idagdag sa cocoa powder at harina; patuloy na kumulo hanggang makinis, at walang bukol na lalabas.
e) Magsandok ng 4 na mound ng batter sa bawat baking sheet, gamit ang 3 kutsarita ng batter para sa bawat isa, na may pagitan ng cookies na 3 pulgada ang layo.
f) Sa likod ng kutsara, ikalat ang bawat cookie sa halos 4 na pulgadang lapad.

g) Maghurno sa loob ng 6 hanggang 7 minuto, o hanggang sa magsimulang maging kayumanggi ang mga gilid.
h) Gamit ang isang offset na spatula, paluwagin ang mga cookies mula sa baking sheet at hubugin sa anyo ng tubo. Maaari kang gumamit ng isang bilog na kagamitang metal at balutin ang mga cookies sa paligid nito.
i) Itakda ang mga cookies na pinagtahian sa gilid pababa at hayaang lumamig.
j) Samantala, ihanda ang mga seresa.
k) Painitin muna ang oven sa 400.
l) Pagsamahin ang mga cherry, asukal, at cornstarch sa isang mangkok ng paghahalo at ihagis upang ihalo.
m) Ilipat sa isang baking pan/ulam.
n) Inihaw sa loob ng 40 hanggang 45 minuto, o hanggang ang mga juice ay bubbly, hinahalo tuwing 15 minuto.
o) Hayaang lumamig nang lubusan at ilagay sa refrigerator hanggang handa nang gamitin.
p) Ihanda ang Whipped Cream.
q) Pagsamahin ang pinalamig na heavy whipping cream, Kirsch, at powdered sugar sa mangkok ng iyong panghalo.
r) Talunin ang pinaghalong hanggang sa mabuo ang stiff peak; palamigin hanggang handa nang gamitin.
s) Magtipon ng Cookies
t) Hatiin nang pantay-pantay ang mga inihaw na cherry at mga bagay-bagay sa bawat shell ng cannoli.
u) Ilagay ang inihandang whipped cream sa isang pastry bag na nilagyan ng star tip at pipe filling sa cannoli shell.
v) maglingkod.

MAINS

40. Black Forest Ham at Gruyere Tart

1 sheet frozen puff pastry, lasaw
1 tasang hiniwang Black Forest ham
1 tasang ginutay-gutay na Gruyere cheese
1/4 tasa tinadtad na sariwang perehil
3 itlog
1/2 tasa ng mabigat na cream
Asin at itim na paminta sa panlasa

Mga Direksyon: Painitin muna ang oven sa 375°F. Iguhit ang isang baking sheet na may parchment paper. Buksan ang puff pastry at ilagay ito sa inihandang baking sheet. Ayusin ang hiniwang ham sa ibabaw ng puff pastry, na nag-iiwan ng 1-pulgadang hangganan sa paligid ng mga gilid. Iwiwisik ang ginutay-gutay na Gruyere cheese sa ham. Sa isang mixing bowl, haluin ang mga itlog, mabigat na cream, perehil, asin, at itim na paminta. Ibuhos ang pinaghalong itlog sa ham at keso. Maghurno ng 25-30 minuto o hanggang sa maging golden brown ang crust at ma-set na ang pinaghalong itlog. Hayaang lumamig ng ilang minuto bago hiwain at ihain.

41. Black Forest Mushroom Risotto

1 tasang Arborio rice
4 tasang sabaw ng manok o gulay
1 tasang hiniwang mushroom
1/2 tasa tinadtad na sibuyas
2 cloves ng bawang, tinadtad
1/4 tasa tinadtad na sariwang perehil
1/4 tasa ng gadgad na Parmesan cheese
1/4 tasa ng mabigat na cream
1/4 cup tinadtad na lutong Black Forest ham
Asin at itim na paminta sa panlasa

Mga Direksyon: Sa isang malaking kasirola, painitin ang sabaw sa katamtamang apoy. Sa isang hiwalay na malaking kasirola, painitin ang 2 kutsarang langis ng oliba sa katamtamang init. Idagdag ang mga kabute, sibuyas, at bawang, at igisa ng 5-7 minuto, o hanggang sa lumambot ang mga gulay. Idagdag ang kanin sa kawali na may mga gulay at haluin para malagyan ng mantika ang kanin. Ibuhos ang 1 tasa ng pinainit na sabaw at haluin hanggang masipsip ang likido. Patuloy na idagdag ang sabaw, 1 tasa sa isang pagkakataon, pagpapakilos hanggang sa masipsip ang likido bago idagdag ang susunod na tasa. Lutuin hanggang malambot at mag-atas ang bigas, mga 20-25 minuto. Ihalo ang tinadtad na perehil, Parmesan cheese, mabigat na cream, at tinadtad na ham. Timplahan ng asin at itim na paminta ayon sa panlasa.

42. Black Forest Beef Stew

2 lbs beef chuck, gupitin sa kagat-laki ng mga piraso
1/2 tasa ng harina
2 kutsarang langis ng oliba
1/2 tasa tinadtad na sibuyas
2 cloves ng bawang, tinadtad
2 tasang sabaw ng baka
1 tasang red wine
1 kutsarang tomato paste
2 dahon ng bay
1 kutsarita ng tuyo na thyme
1 kutsarita ng tuyo na rosemary
1 tasang tinadtad na lutong Black Forest ham
1 tasa pitted at kalahating dark cherries
Asin at itim na paminta sa panlasa
Mga Direksyon: Sa isang malaking mangkok ng paghahalo, ihagis ang karne ng baka na may harina hanggang sa maayos na pinahiran. Init ang langis ng oliba sa isang malaking Dutch oven sa medium-high heat. Idagdag ang karne ng baka at igisa hanggang sa maging kayumanggi sa lahat ng panig, mga 5-7 minuto. Alisin ang karne ng baka sa kawali at itabi. Idagdag ang sibuyas at bawang sa kawali at igisa ng 2-3 minuto, o hanggang lumambot. Idagdag ang beef broth, red wine, tomato paste, bay leaves, thyme, at rosemary sa kawali. Haluing mabuti para pagsamahin. Ibalik ang karne ng baka sa kawali at pakuluan ang timpla. Bawasan ang apoy sa mahina at kumulo, natatakpan, sa loob ng 1 1/2 hanggang 2 oras, o hanggang sa malambot ang karne ng baka. Haluin ang tinadtad na ham at seresa. Timplahan ng asin at itim na paminta ayon sa panlasa

43. Black Forest Chicken Alfredo

1 lb fettuccine pasta
2 walang buto, walang balat na dibdib ng manok
1 kutsarang langis ng oliba
2 cloves ng bawang, tinadtad
1/2 tasa tinadtad na lutong Black Forest ham
1 tasang mabigat na cream
1/2 tasa gadgad na Parmesan cheese
1/2 cup pitted at kalahating dark cherries
Asin at itim na paminta sa panlasa

Mga Direksyon: Lutuin ang fettuccine ayon sa mga tagubilin sa pakete. Patuyuin at itabi. Timplahan ng asin at itim na paminta ang mga dibdib ng manok. Sa isang malaking kawali, init ang langis ng oliba sa medium-high heat. Idagdag ang mga suso ng manok at lutuin ng 5-7 minuto bawat gilid, o hanggang maluto. Alisin ang manok sa kawali at hayaang magpahinga ng 5 minuto bago hiwain. Idagdag ang bawang at tinadtad na hamon sa kawali at igisa ng 2-3 minuto, o hanggang sa mabango ang bawang. Ibuhos ang mabigat na cream at dalhin ang timpla sa isang kumulo. Idagdag ang Parmesan cheese at haluin hanggang matunaw at maisama. Idagdag ang hiniwang manok at seresa sa kawali at ihagis sa sarsa. Timplahan ng asin at itim na paminta ayon sa panlasa. Ihain ang manok at sarsa sa ibabaw ng nilutong fettuccine.

44. Black Forest Burger

1 lb ground beef
1/4 cup tinadtad na lutong Black Forest ham
1/4 tasa tinadtad na sibuyas
1/4 cup pitted at kalahating dark cherries
2 kutsarang Worcestershire sauce
1 kutsarita ng tuyo na thyme
1/2 kutsarita ng bawang pulbos
Asin at itim na paminta sa panlasa
4 na burger buns
4 na hiwa ng Swiss cheese
4 na dahon ng litsugas
4 hiwa ng kamatis

Mga Direksyon: Sa isang malaking mangkok ng paghahalo, pagsamahin ang giniling na karne ng baka, tinadtad na hamon, sibuyas, seresa, sarsa ng Worcestershire, thyme, pulbos ng bawang, asin, at itim na paminta. Haluing mabuti para pagsamahin. Buuin ang timpla sa 4 na patties. Mag-init ng grill o grill pan sa medium-high heat. I-ihaw ang mga burger sa loob ng 3-4 minuto bawat gilid, o hanggang maluto sa iyong nais na antas ng pagiging handa. Sa huling minuto ng pagluluto, magdagdag ng slice ng Swiss cheese sa bawat burger. I-toast ang burger buns sa grill. Ipunin ang mga burger sa pamamagitan ng paglalagay ng dahon ng lettuce at isang hiwa ng kamatis sa ilalim na tinapay. Itaas na may burger patty at ang tuktok na tinapay.

45. Black Forest Meatballs

1 lb ground beef
1/2 tasa ng mumo ng tinapay
1/4 cup tinadtad na lutong Black Forest ham
1/4 tasa tinadtad na sibuyas
1/4 cup pitted at kalahating dark cherries
1 itlog
2 kutsarang tinadtad na sariwang perehil
Para sa sarsa:
2 kutsarang unsalted butter
2 kutsarang all-purpose flour
1 tasang sabaw ng baka
1/4 tasa ng mabigat na cream
1/4 cup pitted at kalahating dark cherries
Asin at itim na paminta sa panlasa

Mga Direksyon: Painitin muna ang oven sa 375°F. Sa isang malaking mangkok ng paghahalo, pagsamahin ang giniling na karne ng baka, mga mumo ng tinapay, tinadtad na hamon, sibuyas, seresa, itlog, at perehil. Haluing mabuti para pagsamahin. Buuin ang timpla sa maliliit na bola-bola at ilagay ang mga ito sa isang baking sheet. Maghurno ng 20-25 minuto, o hanggang maluto. Sa isang maliit na kasirola, matunaw ang mantikilya sa katamtamang init. Idagdag ang harina at haluin upang pagsamahin. Magluto ng 1-2 minuto, o hanggang sa maging golden brown ang timpla. Dahan-dahang haluin ang sabaw ng baka at pakuluan ang timpla. Idagdag ang mabigat na cream at seresa at pukawin upang pagsamahin. Magluto ng 2-3 minuto, o hanggang lumapot ang sauce. Timplahan ng asin at itim na paminta ayon sa panlasa. Ihain ang mga bola-bola kasama ang sarsa.

46. Black Forest Pizza

1 pound pizza dough
1/2 tasa ng sarsa ng pizza
1/2 tasa ng ginutay-gutay na mozzarella cheese
1/4 cup tinadtad na lutong Black Forest ham
1/4 cup pitted at kalahating dark cherries
2 kutsarang tinadtad na sariwang basil

Mga Direksyon: Painitin muna ang oven sa 450°F. I-roll out ang pizza dough sa isang lightly floured surface. Ilagay ang kuwarta sa isang pizza pan o baking sheet. Ikalat ang sarsa ng pizza sa ibabaw ng kuwarta, na nag-iiwan ng maliit na hangganan sa paligid ng mga gilid. Budburan ang ginutay-gutay na mozzarella cheese sa ibabaw ng sarsa. Ikalat ang tinadtad na ham at seresa sa ibabaw ng keso. Maghurno para sa 12-15 minuto, o hanggang sa ang crust ay ginintuang kayumanggi at ang keso ay natunaw at bubbly. Alisin sa oven at iwiwisik ang tinadtad na basil sa ibabaw ng pizza. Hiwain at ihain.

47. Black Forest Shepherd's Pie

1 lb ground beef
1/4 cup tinadtad na lutong Black Forest ham
1/4 tasa tinadtad na sibuyas
1/4 cup pitted at kalahating dark cherries
2 kutsarang Worcestershire sauce
Asin at itim na paminta sa panlasa
4 tasang mashed patatas
1/2 tasa ginutay-gutay na cheddar cheese
Mga Direksyon: Painitin muna ang oven sa 375°F. Sa isang malaking kawali, lutuin ang giniling na karne ng baka sa katamtamang init hanggang sa mag-brown at maluto. Alisan ng tubig ang anumang labis na taba. Idagdag ang tinadtad na hamon, sibuyas, seresa, sarsa ng Worcestershire, asin, at itim na paminta sa kawali. Magluto ng 2-3 minuto, o hanggang lumambot ang sibuyas. Ilipat ang pinaghalong karne ng baka sa isang baking dish. Ikalat ang niligis na patatas sa ibabaw ng pinaghalong karne ng baka, siguraduhing ganap itong takpan. Budburan ang ginutay-gutay na cheddar cheese sa ibabaw ng patatas. Maghurno ng 25-30 minuto, o hanggang sa matunaw at mabula ang keso. Ihain nang mainit.

48. Black Forest Goulash

Mga sangkap:

2 lbs beef chuck, gupitin sa 1-inch cube
1 malaking sibuyas, tinadtad
1 pulang kampanilya paminta, tinadtad
1 berdeng paminta, tinadtad
2 cloves ng bawang, tinadtad
2 kutsarang paprika
1 tsp caraway seeds
1 tsp pinatuyong thyme
1 tsp pinatuyong rosemary
1 tsp asin
1/2 tsp itim na paminta
1 tasang sabaw ng baka
1 tasang tuyong red wine
2 kutsarang tomato paste
1/4 tasa ng all-purpose na harina
1/4 tasa ng langis ng gulay
2 kutsarang mantikilya
1 lb egg noodles, niluto ayon sa mga tagubilin sa pakete
Sour cream at tinadtad na sariwang perehil, para sa paghahatid

Direksyon:

Sa isang malaking mangkok, ihalo ang karne ng baka na may harina, asin, at paminta hanggang sa maayos na pinahiran.

Init ang mantika sa isang malaking Dutch oven sa medium-high heat. Idagdag ang karne ng baka at kayumanggi sa lahat ng panig, mga 5 minuto. Alisin ang karne ng baka at itabi.

Idagdag ang sibuyas, bell peppers, at bawang sa Dutch oven at igisa hanggang malambot, mga 5 minuto.

Ihalo ang paprika, caraway seeds, thyme, rosemary, at tomato paste at lutuin ng 1 minuto.

Ibalik ang karne ng baka sa kaldero at ihalo ang sabaw ng baka at red wine. Dalhin sa isang kumulo, pagkatapos ay bawasan ang apoy sa mababang at takpan.

Magluto ng 2 oras, pagpapakilos paminsan-minsan, hanggang sa malambot ang karne ng baka.

Haluin ang mantikilya hanggang matunaw at magsama.

Ihain ang gulash sa ibabaw ng nilutong egg noodles, na nilagyan ng isang piraso ng sour cream at tinadtad na sariwang perehil.

49. Black Forest Pasta

Mga sangkap:

1 lb pinatuyong pasta, tulad ng penne o fusilli
2 kutsarang langis ng oliba
1 malaking sibuyas, tinadtad
4 cloves na bawang, tinadtad
8 oz na hiniwang mushroom
1 tasa hiniwang lutong ham, tinadtad
1 tasang mabigat na cream
1/2 tasa gadgad na Parmesan cheese
1/2 tasa tinadtad na sariwang perehil
Asin at paminta para lumasa

Direksyon:

Lutuin ang pasta ayon sa mga direksyon ng pakete. Patuyuin at itabi.

Habang niluluto ang pasta, painitin ang langis ng oliba sa isang malaking kawali sa katamtamang init. Idagdag ang sibuyas at bawang at igisa hanggang lumambot, mga 5 minuto.

Idagdag ang mga mushroom at ipagpatuloy ang paggisa hanggang sa lumambot at ang anumang likido ay sumingaw, mga 8 minuto.

Haluin ang ham at lutuin ng 2-3 minuto, hanggang sa uminit.

Ibuhos sa mabigat na cream at dalhin sa isang kumulo. Magluto ng 2-3 minuto, hanggang sa bahagyang lumapot ang sarsa.

Idagdag ang nilutong pasta sa kawali at ihalo sa sarsa.

Haluin ang Parmesan cheese at perehil. Timplahan ng asin at paminta ayon sa panlasa.

Ihain nang mainit, pinalamutian ng karagdagang Parmesan cheese at parsley kung ninanais.

50. Black Forest Ham at Cheese Quiche

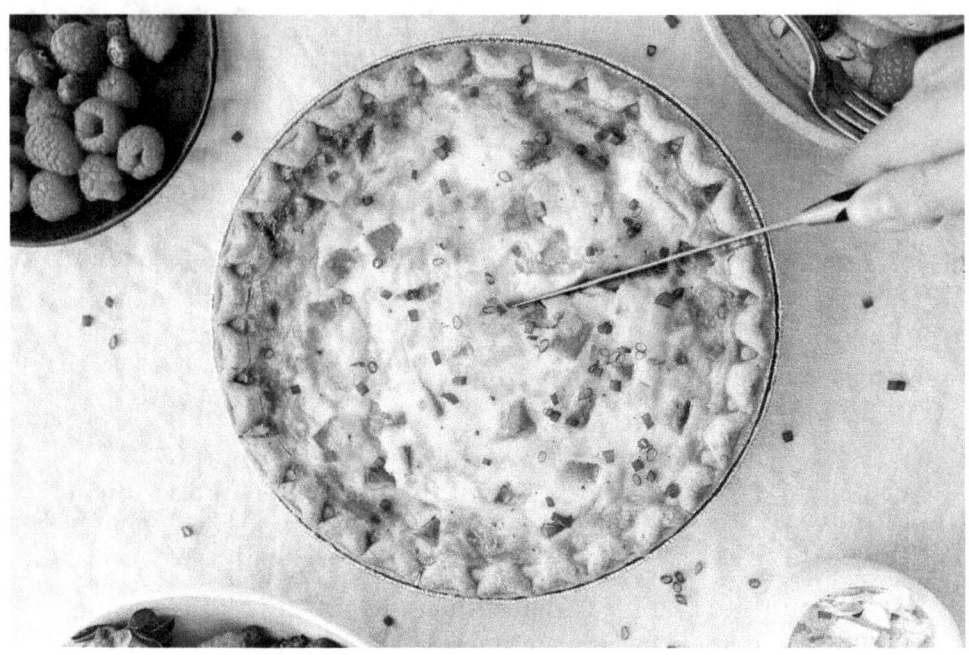

Mga sangkap:
1 pie crust
1 tasang tinadtad na black forest ham
1 tasang ginutay-gutay na Swiss cheese
1/4 tasa tinadtad na sariwang perehil
4 na itlog
1 tasang gatas
1/2 kutsarita ng asin
1/4 kutsarita ng itim na paminta
Direksyon:

Painitin muna ang oven sa 375°F.

Ilagay ang pie crust sa isang 9-inch na pie plate.

Sa isang mangkok, paghaluin ang ham, keso, at perehil. Ikalat ang timpla sa crust.

Sa isa pang mangkok, talunin ang mga itlog, gatas, asin, at paminta nang magkasama. Ibuhos ang timpla sa ham at keso.

Maghurno sa loob ng 35 hanggang 40 minuto, o hanggang itakda ang quiche.

51. Black Forest Pork Tenderloin

Mga sangkap:

2 pork tenderloin
1/2 cup black cherry preserves
1/4 tasa ng red wine vinegar
1 kutsarang Dijon mustard
2 cloves ng bawang, tinadtad
Asin at paminta para lumasa

Direksyon:

Painitin muna ang oven sa 400°F.

Timplahan ng asin at paminta ang pork tenderloins.

Sa isang maliit na mangkok, paghaluin ang black cherry preserves, red wine vinegar, Dijon mustard, at tinadtad na bawang.

Ikalat ang timpla sa pork tenderloins.

Maghurno ng 20 hanggang 25 minuto, o hanggang ang panloob na temperatura ay umabot sa 145°F.

Hayaang magpahinga ang baboy ng 5 minuto bago hiwain at ihain.

52. Black Forest Chicken

Mga sangkap:

4 na walang buto, walang balat na dibdib ng manok
1/2 tasa na pinapanatili ng cherry
2 kutsarang red wine vinegar
2 cloves ng bawang, tinadtad
Asin at paminta para lumasa
1/4 tasa tinadtad na sariwang perehil
Direksyon:

Painitin muna ang oven sa 375°F.

Timplahan ng asin at paminta ang mga dibdib ng manok.

Sa isang maliit na mangkok, paghaluin ang mga cherry preserve, red wine vinegar, at tinadtad na bawang.

Ikalat ang timpla sa mga dibdib ng manok.

Maghurno ng 25 hanggang 30 minuto, o hanggang ang panloob na temperatura ay umabot sa 165°F.

Budburan ng sariwang perehil bago ihain.

53. Black Forest Chicken Salad

Mga sangkap:

2 tasang niluto at hinimay na manok
1/2 tasa diced kintsay
1/2 tasa diced na mansanas
1/2 tasa ng pinatuyong seresa
1/4 tasa tinadtad na mga walnuts
1/4 tasa ng mayonesa
1/4 tasa ng kulay-gatas
1 kutsarang pulot
1 tsp Dijon mustasa
Asin at paminta para lumasa
Mga dahon ng litsugas para ihain
Direksyon:

Sa isang malaking mangkok, pagsamahin ang ginutay-gutay na manok, kintsay, mansanas, pinatuyong seresa, at tinadtad na mga walnut.

Sa isang maliit na mangkok, haluin ang mayonesa, sour cream, honey, Dijon mustard, asin, at paminta.

Ibuhos ang dressing sa pinaghalong manok at ihagis sa coat.

Ihain ang chicken salad sa dahon ng litsugas.

DESSERT

54. Black forest brownie pie

Gumagawa: 8 servings

MGA INGREDIENTS:
- ¼ tasa Mantikilya o margarin na natunaw
- 2 ounces Unsweetened chocolate, natunaw
- ⅔ tasa ng Asukal
- 1 malaking Itlog
- 24 Mga manipis na tsokolate
- ½ tasa semisweet chocolate chips,
- ¼ tasa ng Gatas
- ½ kutsarita ng Vanilla
- ½ tasang All-purpose na harina
- 1 lata Cherry pie filling
- 3 kutsarang Mantikilya o margarin, natunaw
- 2 kutsaritang Whipping cream

MGA TAGUBILIN:

a) Pagsamahin ang mantikilya, tsokolate, asukal, itlog, gatas, at banilya; matalo ng maayos.

b) Magdagdag ng harina at mani; matalo ng maayos. Ikalat ang batter sa crust.

c) Maghurno ng 350'F. oven hanggang ang tuktok ay mukhang tuyo at matigas kapag dahan-dahang hinawakan, 18-20 minuto. malamig; ikalat ang tuktok na may frosting.

d) Kapag malamig na ang frosting, ilipat ang mga cherry mula sa lata na may slotted na kutsara sa tuktok ng dessert.

CHOCOLATE CRUST

e) Pinong durugin ang mga tsokolate na wafer upang makagawa ng 1¼ tasang mumo; ibuhos sa isang 9" pie pan.

f) Paghaluin ng 3 kutsarang tinunaw na mantikilya o margarin at pindutin nang mahigpit ang ilalim at ibabaw ng kawali.

g) Maghurno ng 350'F. oven hanggang sa mas matingkad na kayumanggi sa gilid, 8-10 minuto, palamig.

FROSTING

h) Sa isang 1- hanggang 1 ½ quart pan sa mahinang apoy, haluin ang ½ tasa ng semisweet chocolate baking chips na may 2 kutsarang whipping cream hanggang sa makinis.

i) Gumamit ng mainit-init.

55. Black forest bundt cake

Gumagawa: 10 Servings

MGA INGREDIENTS:
- 1 pack Chocolate cake mix
- 1 21 oz can cherry pie filling
- ¼ tasa ng Langis
- 3 Itlog
- Cherry Frosting

MGA TAGUBILIN:
a) Haluin at ibuhos sa greased Bundt pan.
b) Maghurno sa 350ø sa loob ng 45 minuto.
c) Hayaang lumamig sa kawali sa loob ng 30 minuto pagkatapos ay alisin.

56. Black forest gateau

Gumagawa: 8 Servings

MGA INGREDIENTS:
- 3 malalaking Itlog
- 4½ onsa Caster sugar (granulated)
- 3 onsa ng Plain flour
- ½ onsa pulbos ng kakaw
- 1 lata (15-oz) itim na seresa
- 2 kutsarita ng Arrowroot
- 1-pint Double cream (hanggang sa)
- 3 kutsarang Kirsch o brandy
- 3 Cadbury's flakes

MGA TAGUBILIN:

a) Talunin ang mga itlog at asukal hanggang sa maputla at napakakapal at ang beater ay nag-iiwan ng bakas kapag iniangat. Salain ang harina at kakaw nang dalawang beses at itupi ang mga ito sa pinaghalong itlog. Ibuhos sa isang greased at nilagyan ng 23cm/9" bilog na malalim na lata ng cake.

b) Maghurno sa 375F para sa mga 30 minuto o hanggang sa matigas. Palamigin sa isang wire rack.

c) Kapag malamig na ang cake, gupitin ito sa tatlong layer. Alisan ng tubig ang mga seresa, inilalaan ang lata ng syrup. Paghaluin ang ½ pint ng syrup (pagdaragdag ng tubig kung kinakailangan) sa arrowroot sa isang kasirola at pakuluan, pagpapakilos. Pakuluan hanggang lumapot at malinaw.

d) Hatiin ang mga seresa, alisin ang mga bato (mga hukay), at idagdag ang mga ito sa kawali, magreserba ng kaunti para sa dekorasyon. Malamig. Talunin ang cream hanggang sa makapal.

e) Ilagay ang ilalim na layer ng cake sa isang serving plate at ikalat na may kalahati ng cherry mixture at isa pang layer ng cream. Takpan ang pangalawang layer ng cake. Budburan ang kirsch o brandy, pagkatapos ay ikalat sa natitirang cherry mixture at isa pang layer ng cream. Maingat na ilagay ang tuktok na layer ng cake sa cream.

f) Magreserba ng kaunting cream para sa dekorasyon, ikalat ang natitira sa ibabaw at gilid ng cake. Gumawa ng pandekorasyon na pattern sa itaas. I-flake o lagyan ng rehas ang tsokolate at idiin ang karamihan nito sa mga gilid ng cake.

g) Pipe ang nakareserbang cream sa mga whirls sa ibabaw ng cake at palamutihan ito ng natitirang tsokolate at nakareserbang mga cherry. Iwanan ang cake sa loob ng 2-3 oras bago ihain.

57. Black forest parfait

Gumagawa: 6 Servings

MGA INGREDIENTS:
- 3 ounces Neufchatel cream cheese
- 2 tasang malamig na skim milk
- 3 ounces na pakete ng Jell-O chocolate pudding
- 1 kutsarang Cornstarch
- ⅓ tasa ng Cherry juice
- 1 lata Red sour pitted cherries
- 1 libra ng tubig
- 6 na pakete ng Pantay na pampatamis

MGA TAGUBILIN:

a)   Haluin ang cream cheese na may ¼ tasa ng gatas sa mababang bilis ng electric mixer, hanggang makinis. Magdagdag ng natitirang gatas at puding mix. Haluin ng 1 o 2 minuto o hanggang makinis.

b)   Paghaluin ang cornstarch sa cherry juice hanggang sa matunaw. Idagdag sa mga cherry at lutuin hanggang kumulo ng 1 minuto.

c)   Alisin mula sa init at ihalo sa Equal.

d)   Salit-salit na kutsara ang puding at cherry sa mga parfait dish, na nagtatapos sa puding. Palamutihan ng 2 cherry.

58. Black Forest Cake Ice Cream

Gumagawa: mga 1 quart

MGA INGREDIENTS:
- ⅔ tasa ½-pulgadang gumuho
- ¼ tasaRunny Chocolate Sauce, pinalamig
- ½ tasa ng Amarena cherry
- 1¼ tasa ng heavy cream
- 2 kutsarang gawgaw
- 3 ounces (6 na kutsara) cream cheese, pinalambot
- ¼ kutsarita ng pinong sea salt
- ⅔ tasa ng asukal
- 2 kutsarang light corn syrup
- 2 tasang buttermilk, buong gatas, o 2% na gatas

MGA TAGUBILIN:
a) Ilagay ang mga crumble ng cake sa isang maliit na mangkok, idagdag ang sarsa ng tsokolate, at ihalo nang bahagya sa coat, pagkatapos ay idagdag ang mga seresa ng Amarena at haluin upang maipamahagi nang pantay-pantay. I-freeze habang ginagawa mo ang ice cream. (Ang pinaghalong cake ay maaaring i-freeze nang hanggang 1 buwan.)
b) Paghaluin ang humigit-kumulang ¼ tasa ng cream sa cornstarch sa isang maliit na mangkok upang makagawa ng makinis na slurry.
c) Haluin ang cream cheese at asin sa isang medium bowl hanggang makinis.
d) Punan ang isang malaking mangkok ng yelo at tubig.
e) Lutuin Pagsamahin ang natitirang cream, asukal, at corn syrup sa isang 4-quart saucepan, pakuluan sa medium-high heat, at pakuluan ng 4 na minuto. Alisin mula sa apoy at unti-unting haluin ang cornstarch slurry. Ibalik ang timpla sa isang pigsa sa katamtamang init at lutuin, haluin gamit ang heatproof spatula, hanggang bahagyang lumapot ng mga 20 segundo. Alisin mula sa init.

f) Palamigin Dahan-dahang ihalo ang mainit na pinaghalong gatas sa cream cheese hanggang makinis, pagkatapos ay ihalo ang buttermilk. Ibuhos ang timpla sa isang 1-gallon na Ziplock bag at ilubog ang selyadong bag sa ice bath. Hayaang tumayo, magdagdag ng higit pang yelo kung kinakailangan, hanggang sa lumamig, mga 30 minuto.

g) I-freeze Alisin ang frozen na canister sa freezer, i-assemble ang iyong ice cream machine, at i-on ito. Ibuhos ang base ng ice cream sa canister at paikutin hanggang makapal at mag-atas.

h) I-pack ang sorbetes sa isang lalagyan ng imbakan, papalitan ang ice cream at isang maliit na kutsara ng pinaghalong cake. Pindutin ang isang sheet ng parchment nang direkta laban sa ibabaw at selyuhan ito ng airtight lid. I-freeze sa pinakamalamig na bahagi ng iyong freezer hanggang sa matigas, hindi bababa sa 4 na oras.

59. Black forest souffle

Ginagawa: 1 Paghahain

MGA INGREDIENTS:
- 16 ounces Sour pitted cherries, Natuyo
- 5 kutsarang Brandy (opt)
- 4 Squares Baking Chocolate
- 2 Sobre ng walang lasa na Gelatin
- 3 Itlog, pinaghiwalay
- 1 lata (14oz) matamis na condensed Milk
- 1½ kutsarita ng Vanilla
- 1 tasang Milnot

MGA TAGUBILIN:
a) I-chop ang mga cherry at i-marinate ang mga ito sa brandy (o cherry liquid). Ibabad ang gelatin sa ½ tasa ng cherry juice.
b) Talunin nang bahagya ang mga pula ng itlog; haluin ang matamis na gatas at gulaman. Init sa mababang init hanggang sa matunaw ang gelatin; magdagdag ng tsokolate at init hanggang matunaw at bahagyang lumapot ang timpla. Ihalo ang mga cherry at vanilla; palamigin hanggang ang pinaghalong bahagyang tumambak kapag nalaglag mula sa isang kutsara.
c) Hagupitin ang Milnot at mga puti ng itlog hanggang sa magkaroon ng stiff peak ang timpla.
d) I-fold sa gelatin mixture. Ibuhos sa isang 1-quart souffle dish na may 3" na kwelyo. Palamigin hanggang sa itakda, ilang oras, o magdamag. Alisin ang kwelyo; palamutihan ng mga cherry, chocolate curl, o whipped topping.

60. Black forest trifle

Gumagawa: 8 servings

MGA INGREDIENTS:
- 4½ tasa ng Gatas
- 3 Kuwadrado (1ounce bawat isa) ng Unsweetened Chocolate
- ⅓ tasa ng Cornstarch
- ½ tasang Asukal
- ¼ kutsarita ng Asin
- 2 kutsarita Vanilla Extract
- 2 tasang Cookie Crumbs
- 20-ounce na Cherry-Pie Filling

MGA TAGUBILIN:
a) Maglagay ng 4 na tasa ng gatas sa isang malaki at mabigat na kasirola. Magdagdag ng unsweetened na tsokolate at init sa katamtamang init, panoorin nang mabuti, hanggang sa magkaroon ng mga bula sa gatas sa paligid ng mga gilid ng kawali.
b) Alisin sa init at itabi. 2. Ilagay ang cornstarch, asukal, asin, at natitirang ½ tasa ng gatas sa isang maliit na mangkok. Gumamit ng isang maliit na whisk upang pukawin ang pinaghalong gawgaw hanggang ang lahat ng mga tuyong sangkap ay basa at walang mga bukol na natitira. Siguraduhin na ang timpla ay mahusay na hinalo bago ito idagdag sa mainit na gatas.
c) Gamit ang isang malaking wire whisk, haluin ang mainit na pinaghalong gatas sa isang kasirola habang unti-unting idinadagdag ang pinaghalong cornstarch-milk. Ibalik ang kasirola sa init at lutuin sa katamtamang mataas na apoy, patuloy na pagpapakilos, hanggang sa magsimulang kumulo ang pinaghalong gatas. Pakuluan ng 1 minuto, patuloy na pagpapakilos.
d) Alisin mula sa init at ihalo ang vanilla extract. (Kung kailangan mong huminto saglit, maglagay ng isang piraso ng plastic wrap sa ibabaw ng puding upang maiwasang mabuo ang balat.) Kutsara ⅓ ng chocolate pudding sa isang 2-quart soufflé, dish o magarbong glass bowl. Itaas ang ⅓ ng cookie crumbs.

e) Magtabi ng ½ tasang cherry pie filling. Dahan-dahang kutsara ang kalahati ng natitirang pagpuno sa mga mumo sa isang mangkok. Ulitin ang layering na may isa pang ikatlong bahagi ng chocolate pudding, mumo, ang natitirang cherry pie filling, at ang natitirang chocolate pudding.

f) Kutsara ang natitirang cookie crumbs sa paligid ng chocolate pudding upang bumuo ng isang hangganan. Itaas ang layer ng chocolate pudding kasama ang natitirang ½ tasa ng cherry pie filling, ilagay ito sa gitna.

g) Palamigin ang maliit na piraso, na natatakpan, hanggang sa lumamig na mabuti ang puding.5 hanggang 6 na oras.

61. Black Forest Tiramisu

Gumagawa: 3

MGA INGREDIENTS:
PARA SA CHERRY FILLING
- ½ tasa ng cherry juice o syrup
- 1 tasa jarred cherries pitted
- 1 kutsarang harina ng mais
- 2 kutsarang asukal

PARA SA MIXTURE NG KAPE
- 2 kutsarang instant na kape
- 1 tasang mainit na tubig

PARA SA MASCARPONE CREAM
- 200 ML mabigat na cream
- 250 g mascarpone
- 6-8 kutsarang asukal sa pulbos
- 1 kutsarita vanilla extract

PARA SA ASSEMBLY
- 15 ladyfinger biskwit approx. 100g
- sarsa ng tsokolate
- dark chocolate shavings
- cocoa powder para sa pag-aalis ng alikabok
- sariwa o jarred cherry para sa dekorasyon

MGA TAGUBILIN:
a) Ihanda ang cherry filling sa pamamagitan ng paghahalo ng 2 kutsara ng cherry juice/syrup sa cherry kasama ng asukal at cornflour.

b) Dalhin ang natitirang cherry juice sa isang kumulo at pagkatapos ay idagdag ang iyong mga cherry dito. Paghaluin sa mahinang apoy hanggang sa lumapot ang likido at bahagyang malabo ang mga cherry. Itabi upang lumamig.

c) Ihanda ang iyong kape sa pamamagitan ng paghahalo ng instant na kape sa mainit na tubig at itabi ito upang lumamig. Maaari ka ring gumamit ng mga espresso pod sa halip na instant na kape. Kailangan mo ng isang tasa ng kape.

d) Sa isang malamig na mangkok, i-whip up ang iyong heavy cream hanggang sa medium peak. Pagkatapos ay idagdag ang iyong mascarpone, powdered sugar, at vanilla extract. Haluin hanggang ang lahat ay mag-atas at makinis.

e) Kapag lumamig na ang lahat, simulan ang pag-assemble. Gumagamit ako ng tatlong medium-large-sized assorted glasses. Maaari mong gamitin ang anumang gusto mo.

f) Magsimula sa pamamagitan ng paglubog ng mga ladyfingers sa kape. Hindi ka dapat mag-dunk ng higit sa isang segundo. Sila ay nagiging malambot at malambot nang napakabilis. Dagdag pa, sila ay patuloy na lumalambot sa mascarpone sa itaas. Hatiin ang ladyfingers kung malaki ang mga ito para sa iyong serving glass. Gumawa ng base sa ibaba gamit ang maraming ladyfingers hangga't kailangan mo.

g) Pagkatapos ay magsandok ng mascarpone cream sa ibabaw. Ibuhos ang ilang sarsa ng tsokolate, hangga't gusto mo. Pagkatapos ay magdagdag ng isang layer ng seresa. Ulitin gamit ang isa pang base ng ladyfingers na isinawsaw sa kape na sinusundan ng mascarpone cream.

h) Alikabok ng cocoa powder at budburan ng kaunting chocolate shavings. Magdagdag ng sariwang cherry sa itaas. Wala akong mahanap kaya gamit ang Cocktail Cherries para sa dekorasyon.

i) Palamigin ng 2-3 oras bago ihain. Masiyahan sa malamig!

62. Black Forest Fruits Chia Pudding

Gumagawa: 1

MGA INGREDIENTS:
- 2 kutsarang chia seeds
- ½ tasa (120 ml) na walang tamis na almond milk
- 1 kutsarita ng maple syrup
- ½ kutsarita ng vanilla extract
- ⅓ tasa (65 g) frozen forest fruit berries, lasaw
- 1 kutsarang vegan natural coconut yogurt
- 1 kutsarang granola

MGA TAGUBILIN:
a) Chia Pudding: Haluin ang chia seeds, almond milk, maple syrup, at vanilla extract sa isang maliit na mangkok. Hayaang umupo ito ng 10 minuto, at hayaang lumapot nang bahagya. Pagkatapos ng 10 minuto, haluin muli upang alisin ang anumang mga kumpol na maaaring nabuo, at pantay na ipamahagi ang mga buto sa buong gatas.
b) Ibuhos ang chia pudding sa isang lalagyan ng airtight, at ilagay ito sa refrigerator nang hindi bababa sa isang oras, mas mabuti magdamag.
c) Black Forest Yogurt: Samantala, gawin ang black forest yogurt. Mash ang mga berry gamit ang isang tinidor hanggang sa ikaw ay masaya sa texture. Bilang kahalili, maaari kang gumamit ng isang maliit na blender. Pagkatapos ay haluin ang yogurt sa puréed na prutas hanggang sa lahat ay maisama. Takpan at panatilihing palamig hanggang lumapot ang iyong chia pudding.
d) Mga Toppings: Kapag handa nang ihain, sandok ang black forest yogurt sa ibabaw ng chia pudding, at iwiwisik ang kaunting malutong na granola. Gustung-gusto ko ring itaas ang minahan ng sariwang seresa.

63. Black forest mousse

Gumagawa: 10 servings

MGA INGREDIENTS:
- 1-onsa na walang tamis na tsokolate; matunaw
- 14 ounces ng Sweetened condensed milk
- 1 tasang malamig na tubig
- 1 pack ng Chocolate instant puding; 4 na laki ng paghahatid
- ¾ kutsarita ng almond extract
- 2 tasa ng mabibigat na cream; hinampas
- 21 ounces Cherry pie filling; chill

MGA TAGUBILIN:
a) Sa isang malaking mangkok, talunin ang tsokolate na may matamis na condensed milk.
b) Talunin sa tubig pagkatapos pudding mix at ½ kutsarita katas. I-freeze ng 5 minuto. Tiklupin sa whipped cream.
c) Kutsara ang pantay na bahagi sa 10 dessert dish.
d) Haluin ang natitirang ¼ kutsarita katas sa cherry pie filling; kutsara sa mga dessert.

64. Black Forest Cannoli

Gumagawa: 8

MGA INGREDIENTS:
PARA SA CANNOLI
- 2 malaking puti ng itlog
- ⅓ tasa ng asukal
- 1 kutsarang canola oil
- 1 kutsarang mantikilya, natunaw
- 2 kutsarita purong vanilla extract
- 1 kutsarang cocoa powder
- ⅓ tasa ng all-purpose na harina

PARA SA ROASTED CHERRIES
- 2 tasa sariwang seresa, pitted
- ⅓ tasa ng asukal
- 2 kutsarita ng gawgaw

PARA SA WHIPPED CREAM
- 1 tasang pinalamig na mabigat na whipping cream
- 1 kutsarang kirsch
- 1 tasang may pulbos na asukal

MGA TAGUBILIN:
w) Painitin muna ang oven sa 375.

x) Bahagyang grasa ang dalawang baking sheet na may baking spray; itabi.

y) Sa isang medium-sized na mangkok, haluin ang mga puti ng itlog, asukal, langis ng canola, tinunaw na mantikilya, at banilya. Paikutin hanggang sa lubusan na pinagsama.

z) Idagdag sa cocoa powder at harina; patuloy na kumulo hanggang makinis, at walang bukol na lalabas.

aa) Magsandok ng 4 na mound ng batter sa bawat baking sheet, gamit ang 3 kutsarita ng batter para sa bawat isa, na may pagitan ng cookies na 3 pulgada ang layo.

bb) Sa likod ng kutsara, ikalat ang bawat cookie sa halos 4 na pulgadang lapad.

cc) Maghurno sa loob ng 6 hanggang 7 minuto, o hanggang sa magsimulang maging kayumanggi ang mga gilid.
dd) Gamit ang isang offset spatula, paluwagin ang cookies mula sa baking sheet at hubugin ang mga ito sa tube form. Maaari kang gumamit ng isang bilog na kagamitang metal at balutin ang mga cookies sa paligid nito.
ee) Itakda ang mga cookies na pinagtahian sa gilid pababa at hayaang lumamig.
ff) Samantala, ihanda ang mga seresa.
gg) Painitin muna ang oven sa 400.
hh) Pagsamahin ang mga cherry, asukal, at cornstarch sa isang mangkok ng paghahalo at ihagis upang ihalo.
ii) Ilipat sa isang baking pan/ulam.
jj) Inihaw sa loob ng 40 hanggang 45 minuto, o hanggang ang mga juice ay bubbly, hinahalo tuwing 15 minuto.
kk) Hayaang lumamig nang lubusan at ilagay sa refrigerator hanggang handa nang gamitin.
ll) Ihanda ang Whipped Cream.
mm) Pagsamahin ang pinalamig na heavy whipping cream, Kirsch, at powdered sugar sa mangkok ng iyong panghalo.
nn) Talunin ang pinaghalong hanggang sa mabuo ang stiff peak; palamigin hanggang handa nang gamitin.
oo) Magtipon ng Cookies
pp) Hatiin nang pantay-pantay ang mga inihaw na cherry at ilagay ang mga ito sa bawat shell ng cannoli.
qq) Ilagay ang inihandang whipped cream sa isang pastry bag na nilagyan ng star tip at i-pipe ang filling sa cannoli shell.
rr) maglingkod.

65. Black Forest Pie

MGA INGREDIENTS
- 0.25 tasa ng mantikilya
- 0.25 tasa ng chocolate chips
- 1 nakapirming deep-dish pie shell
- 1 tasa ng nilutong dessert topping
- 2 itlog
- 2 kutsarang harina
- ⅓ tasa ng gatas
- ⅓ tasa ng unsweetened cocoa powder
- ¾ tasa puting asukal

MGA TAGUBILIN
a) PREHEAT ang oven sa 350 degrees F (180 degrees C).
b) PAGSAMA-SAMA ang asukal, kakaw, at harina sa isang katamtamang kasirola.
c) Magdagdag ng gatas at mantikilya. Pakuluan, patuloy na pagpapakilos.
d) Alisan sa init. Haluin ang isang maliit na halaga ng mainit na palaman sa pinalo na itlog. Ibalik ang lahat ng pinaghalong itlog sa kasirola, patuloy na ihalo upang maisama. I-fold sa kalahati ng cherry pie filling at ang chocolate chips.
e) Ibuhos ang filling sa pie shell at maghurno ng 35-40 minuto o hanggang sa ma-set. Palamigin at palamigin nang hindi bababa sa isang oras.
f) SPOON whipped topping over the pie then maarteng ayusin ang natitirang cherry pie filling sa ibabaw.

66. Black Forest Tart

MGA INGREDIENTS
- ½ tasang mantikilya
- 21 ounces ng canned cherry pie filling
- 1¼ tasang chocolate wafer crumbs
- 3 itlog
- ⅔ tasa ng harina
- 1 kutsarang heavy whipping cream
- ¼ kutsarita ng asin
- 2 onsa ng semisweet na tsokolate
- ⅔ tasa ng asukal
- 1 kutsarita vanilla extract

MGA TAGUBILIN

a) Sa isang maliit na mangkok, pagsamahin ang mga mumo ng ostiya at asukal; haluin ang mantikilya. Pindutin sa ibaba at pataas sa mga gilid ng isang bahagyang greased na 11-in. fluted tart pan na may naaalis na ilalim.

b) Ilagay ang kawali sa isang baking sheet.

c) Maghurno sa 350° sa loob ng 8-10 minuto o hanggang sa bahagyang kayumanggi. Palamigin sa isang wire rack.

d) Sa isang microwave, matunaw ang mantikilya at tsokolate; haluin hanggang makinis. Palamig sa loob ng 10 minuto. Sa isang malaking mangkok, talunin ang mga itlog, asukal, banilya, at asin hanggang sa lumapot, mga 4 na minuto. Haluin sa isang halo ng tsokolate. Haluin ang harina at haluing mabuti.

e) Ibuhos sa crust; kumalat nang pantay-pantay.

f) Maghurno sa 350° sa loob ng 25-30 minuto o hanggang sa lumabas na malinis ang isang toothpick na ipinasok malapit sa gitna. Palamig nang lubusan sa isang wire rack.

g) Ikalat ang pagpuno ng pie sa itaas.

h) Sa isang microwave, matunaw ang tsokolate at cream; haluin hanggang makinis. Cool para sa 5 minuto, pagpapakilos paminsan-minsan.

i) Ambon sa ibabaw ng tart. Palamigin hanggang itakda.

67. Black Forest sundae na may brownies

Gumagawa: 4

MGA INGREDIENTS
PARA SA ICE CREAM
- 568ml pot single cream
- 140 g ng asukal sa caster
- 4 na pula ng itlog
- ½ kutsarita ng vanilla extract
- 200g dark chocolate (70% cocoa), dagdag pa para palamutihan

PARA SA CHERRY SAUCE
- 1/2 400g lata ng cherry
- 2 kutsarang kirsch o brandy

MAGLINGKOD
- 148ml dobleng cream
- 2 kutsaritang icing sugar
- 2 brownie squares

PARA SA BROWNIES
- 200g mantikilya
- 175g dark brown sugar
- 140g granulated sugar
- 4 na itlog
- 50g ground almond
- 50g plain na harina
- 200g maitim na tsokolate

MGA TAGUBILIN:

a) Para sa ice cream, ibuhos ang cream sa isang kawali at pakuluan ito. Paghaluin ang asukal, pula ng itlog, at banilya. Ibuhos ang higit sa 2 kutsara ng cream at ihalo sa pinaghalong itlog.

b) Ibuhos ang pinaghalong itlog sa kawali na may cream, babaan ang apoy, pagkatapos ay lutuin ng ilang minuto, patuloy na pagpapakilos gamit ang isang kahoy na kutsara, hanggang sa masakop ng custard ang likod ng kutsara.

c) Matunaw ang tsokolate sa microwave sa High para sa 1 min, pagkatapos ay ihalo sa mangkok ng custard. Kapag lumamig na ang custard, i-churn sa isang tagagawa ng ice cream ayon sa mga tagubilin ng gumawa.

d) Upang gawin ang sarsa, alisan ng tubig ang mga cherry, ireserba ang likido, pagkatapos ay itabi. Ilagay ang likido sa isang kawali na may kirsch o brandy at kumulo sa loob ng 5 minuto, o hanggang sa syrupy. Ibalik ang mga cherry sa kawali upang magpainit.

e) Upang tipunin ang mga sundae, hagupitin ang cream na may icing sugar hanggang sa mabuo ang malambot na mga taluktok. Gupitin ang brownies sa kagat-laki ng mga piraso, pagkatapos ay ilagay ang isang dakot sa ilalim ng 4 na baso. I-scoop ang ice cream sa ibabaw, pagkatapos ay ibuhos ang mga cherry at sauce. Dollop na may whipped cream at lagyan ng gadgad na tsokolate.

f) PARA SA BROWNIES: Painitin ang oven sa 180C/fan 160C/gas 4, pagkatapos ay lagyan ng grasa at lagyan ng 20cm square brownie tin. Init ang mantikilya at dark chocolate sa isang kawali hanggang matunaw. Haluin ang dark brown sugar at granulated sugar. Iwanan upang lumamig ng 5 minuto, pagkatapos ay ihalo sa mga itlog.

g) Ihalo ang mga almendras at harina. Ibuhos sa lata, pagkatapos ay i-bake ng 30-35 mins hanggang maluto lang.

68. Black Forest Bircher

Gumagawa: 4

MGA INGREDIENTS
- 2 maliit na peras, gadgad
- 10 kutsara (60g) rolled oat
- 1 kutsarang cacao powder o cocoa powder
- 200g Greek yogurt, kasama ang 4 na kutsara
- 5 kutsarang gatas
- 1 kutsarang maple syrup o honey, at dagdag na ihain (opsyonal)
- 200g cherry, hatiin at pitted
- 2 squares dark chocolate

MGA TAGUBILIN:
a) Pagsamahin ang mga peras, oats, cacao, yogurt, gatas, at maple syrup sa isang mangkok. Hatiin sa pagitan ng apat na mangkok (o mga lalagyan kung dadalhin mo ito sa trabaho).
b) Itaas ang bawat serving na may ilang seresa, 1 kutsarang yogurt, at kaunting dagdag na maple syrup, kung gusto mo. Pinong lagyan ng rehas ang tsokolate sa ibabaw ng Bircher, na nagbibigay sa bawat paghahatid ng magaan na pag-aalis ng alikabok.
c) Kumain kaagad o palamigin sa refrigerator nang hanggang 2 araw.

69. Black Forest Pavlova

MGA INGREDIENTS
- 4 malalaking puti ng itlog
- 1 pakurot ng asin
- 225g ng caster sugar
- 2 kutsara ng cocoa powder
- 1 kutsarita ng red wine vinegar
- 50g ng maitim na tsokolate, gadgad
- 300ml ng double cream, o whipping cream
- 2 kutsara ng kirsch, opsyonal
- 450g ng seresa, binato
- 25g ng maitim na tsokolate, gadgad

MGA TAGUBILIN:
a) Painitin muna ang oven sa 150°C/Gas Mark 2 at lagyan ng baking parchment ang isang malaking baking sheet.

b) Pagsamahin ang mga puti ng itlog at asin hanggang sa matigas, pagkatapos ay unti-unting idagdag ang asukal, ihalo nang mabuti sa pagitan ng bawat karagdagan. Dapat kang magkaroon ng makapal, makintab na meringue. Ihalo ang kakaw at suka at tiklupin ang tinadtad na tsokolate gamit ang isang malaking metal na kutsara

c) Ilagay ang meringue sa isang bilog sa may linya na baking sheet, na ginagawa itong bahagyang mas mataas sa mga panlabas na gilid. Ilagay ito sa oven upang maghurno ng 1 oras hanggang 1 oras, 15 minuto, o hanggang sa malutong ang meringue sa labas ngunit marshmallow sa loob. I-off ang oven at iwanan ang meringue na ganap na lumamig sa loob, habang nakasara ang pinto ng oven. Pinakamadaling gawin ito sa gabi at hayaan itong lumamig magdamag

d) Kapag handa ka nang ihain, Talunin ang cream hanggang sa matigas ngunit hindi matuyo at idagdag ang kirsch at ihalo muli. Itambak ang cream sa ibabaw ng meringue at ikalat ito ng kaunti. Ikalat ang binato na mga cherry at itaas ang gadgad na tsokolate

70. Black Forest Cobbler

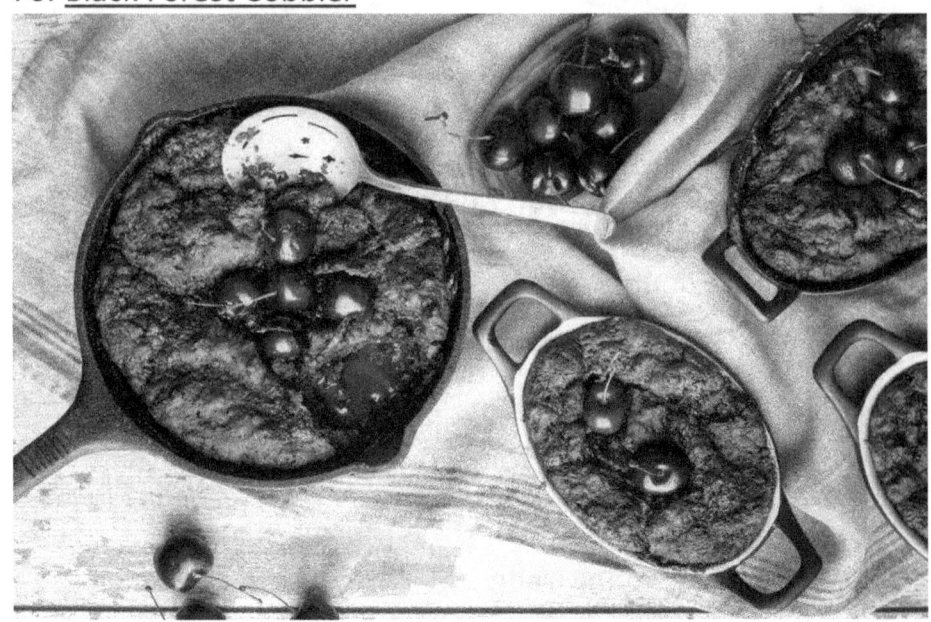

Gumagawa: 6

MGA INGREDIENTS
- ½ tasang asukal
- 1 kutsarang gawgaw
- 7 tasang pitted red tart cherries, (mga 2 pounds)
- ¼ kutsarita ng almond extract
- ¾ tasa ng all-purpose na harina
- ¼ tasa ng baking cocoa
- 1 kutsarang asukal
- 1 ½ kutsarita ng baking powder
- ½ kutsarita ng asin
- 3 kutsarang mantikilya o margarin
- ½ tasang gatas
- Cream o ice cream, kung ninanais

MGA TAGUBILIN:

a) Painitin ang oven sa 400°F. Paghaluin ang ½ tasang asukal at ang gawgaw sa isang 2-quart saucepan. Haluin ang mga cherry. Magluto sa katamtamang init, patuloy na pagpapakilos, hanggang sa lumapot at kumulo ang timpla. Pakuluan at haluin ng 1 minuto. Haluin ang almond extract. Ibuhos sa isang ungreased 2-quart casserole; panatilihing mainit sa oven.

b) Paghaluin ang harina, kakaw, 1 kutsarang asukal, baking powder, at asin sa isang maliit na mangkok. Gupitin sa mantikilya, gamit ang isang pastry blender o crisscrossing 2 kutsilyo, hanggang sa ang timpla ay magmukhang pinong mumo. Haluin ang gatas. Ibuhos ang kuwarta ng 6 na kutsara sa mainit na pinaghalong prutas.

c) Maghurno nang walang takip sa loob ng 25 hanggang 30 minuto o hanggang sa maitakda ang topping. Ihain nang mainit na may cream. Pagpapalit

71. Black Forest Fudge

Gumagawa: 32 servings

MGA INGREDIENTS
- 3 tasang granulated sugar
- ¾ tasa 1 ½ sticks unsalted butter, diced
- 1 5-onsa na lata ng evaporated milk
- 2 tasang dark chocolate chips
- 1 7-onsa na garapon ng marshmallow fluff
- 1 kutsarita vanilla extract
- kurot ng asin
- ½ tasa ng pinatuyong seresa
- ¾ tasa frozen whipped topping lasaw
- ½ tasang maraschino cherries ang hinati
- 2 kutsarang halos tinadtad na mapait na tsokolate

MGA TAGUBILIN

a) Lagyan ng foil ang isang 9-inch square baking pan at lagyan ito ng mantika ng cooking spray. Itabi.

b) Sa isang medium saucepan, pagsamahin ang asukal, mantikilya, at evaporated milk. Ilagay sa medium-high heat at lutuin hanggang kumukulo, madalas na pagpapakilos, mga 5 minuto.

c) Alisin mula sa init, at pukawin ang mga chocolate chips, marshmallow fluff, vanilla extract, at asin hanggang sa matunaw at ganap na makinis. Pukawin ang mga pinatuyong seresa, ibuhos sa inihandang kawali, at ikalat nang pantay-pantay. Hayaang lumamig nang bahagya at pagkatapos ay takpan ng plastic wrap. Palamigin sa refrigerator hanggang sa matigas, mga 1 oras. I-dollop ang tuktok gamit ang whipped topping at pagkatapos ay paikutin gamit ang isang kutsara. Itaas ang kalahating seresa at iwiwisik ang tsokolate.

d) Palamigin muli nang hindi bababa sa 2 oras, o hanggang sa ganap na matigas. Hiwain at ihain. Ang mga natira ay maaaring itago sa refrigerator, na nakabalot sa plastic, hanggang 4 na araw.

72. Black Forest Zuccotto

Gumagawa: 8

MGA INGREDIENTS
- 1 tasa ng whipping cream
- 1-2 tablespoons ng asukal
- 1 12-14 oz lata ng cherry pie filling
- 3 kutsara ng grated dark chocolate
- 1 pulgada siyam na inihurnong chocolate cake

MGA TAGUBILIN
a) Gupitin ang cake sa kalahati, at pindutin sa isang 8-pulgadang mangkok na iyong na-spray ng cooking spray at pagkatapos ay nilagyan ng plastic wrap na nakasabit sa mga gilid.
b) Sa pamamagitan ng plastic wrap, pindutin ang cake at Itaas ang mga gilid ng mangkok hangga't maaari upang mabuo ang tuktok na simboryo.
c) Ilagay sa lata ng cherry.
d) Kunin ang tasa ng cream at talunin ito hanggang sa maging whipped cream. Idagdag ang asukal sa iyong panlasa, mas gusto ko ang hindi gaanong matamis na whipped cream dahil ang pagpuno ng pie ay napakatamis.
e) Ilagay ang whipped cream sa cake, sa ibabaw ng cherry.
f) Budburan ang dark chocolate shavings sa whipped cream.
g) Ilagay ang ilalim ng cake, at gupitin ang anumang dagdag hanggang sa magkasya ito. Pindutin ito nang mahigpit, ngunit hindi masyadong mahigpit na ang lahat ay lumabas sa isang bahagi! Pagkatapos, kung mayroon kang natitirang plastic wrap, alisin lamang ito sa gilid ng mangkok at takpan ito
h) Palamigin sa magdamag. Baligtarin ito sa isang plato, at dapat itong lumabas nang maganda kasama ang plastic wrap.
i) Alisin ang plastic wrap at magsaya!

73. Oreo Crust Dessert

Gumagawa: 8

MGA INGREDIENTS
- 20 Oreos, durog
- ½ tasang mantikilya ang natunaw
- 2 pakete ng cream cheese, (8 oz bawat isa)
- ½ tasang may pulbos na asukal
- 1 tasa ng kulay-gatas, (o full-fat yogurt, o Greek yogurt)
- 2 kutsarita ng vanilla extract
- 2 lalagyan ng Cool Whip, (8 ounces bawat isa)
- ½ tasa ng pulbos ng kakaw
- ½ tasa ng cherry jam

MGA TAGUBILIN
OREO CRUST
a) Ibuhos ang tinunaw na mantikilya sa mga dinurog na Oreo at pindutin ito gamit ang mga Oreo gamit ang iyong mga daliri o isang spatula. Patagin ang crust sa pamamagitan ng pagpindot sa ilalim ng isang tasa ng pagsukat.

b) Magdagdag ng cream cheese sa microwave-safe mixing bowl at palambutin ang parehong pakete ng cream cheese sa pamamagitan ng pag-microwave ng mga ito sa loob ng 20 segundo.

c) Magdagdag ng powdered sugar sa isang mixing bowl na may cream cheese - gumamit ng maliit na sifter/strainer para maiwasan ang mga kumpol. Pagsamahin ang cream cheese at powdered sugar hanggang sa makinis at pinagsama.

CREAM CHEESE/SOUR CREAM/COOL WIP FILLING
d) Sa mangkok ng paghahalo na may cream cheese, magdagdag ng sour cream at vanilla extract. Haluin gamit ang isang spatula hanggang sa pinagsama.

e) Ngayon, tiklupin sa 2 lalagyan ng Cool Whip gamit ang isang spatula. Haluin hanggang makinis.

f) Hatiin ang inihandang pagpuno sa dalawang bahagi, medyo katumbas ng bawat isa. Ang kalahati ay gagamitin bilang unang puting layer, ang isa pa - bilang pangalawang layer ng tsokolate.

UNANG LAYER (PUTI)

g) Gamit ang isang spatula, ilagay ang kalahati ng Cream Cheese/Sour Cream/Cool Whip filling sa ibabaw ng inihandang Oreo crust at pantayin ito ng spatula.

IKALAWANG LAYER (Tsokolate)

h) Magdagdag ng cocoa powder sa natitirang cream filling sa pamamagitan ng paggamit ng maliit na sifter/strainer upang maiwasan ang mga kumpol. Haluing mabuti gamit ang spatula hanggang sa pagsamahin. Ikalat ito nang pantay-pantay sa unang layer.

TOP LAYER (CHERRY JAM)

i) Magdagdag ng cherry jam sa ibabaw ng pangalawang layer sa pamamagitan ng pagkalat nito nang pantay-pantay sa tuktok na layer ng tsokolate na may spatula.

j) Palamigin nang hindi bababa sa 4-5 na oras para ma-set at maging matatag ang mga layer. Maaari mo ring ilagay ito sa freezer sa loob ng isang oras kung kulang sa oras.

k) Hatiin at ihain ang bawat hiwa na may ilang durog na Oreo sa ibabaw.

TOPPING

l) Durugin ang Oreo gamit ang rolling pin o meat tenderizer at ilagay ang mga ito sa ilalim ng baking dish. Maaari mo ring iproseso ang Oreos (kabilang ang puting bahagi) nang napakapino sa food processor at magkaroon ng magandang pinong mumo sa halip na isang chunky crust.

74. Black Forest Boule-de-Neige

Gumagawa: 14 servings

MGA INGREDIENTS
CAKE
- Nonstick vegetable oil spray
- ⅓ tasa na pinapanatili ng cherry
- 2 kutsarang kirsch
- 1 ½ tasang pinatuyong tart cherries
- 1 pound bittersweet chocolate, tinadtad
- 1 tasa (2 sticks) ng unsalted butter
- 1 ¼ tasa ng asukal
- 1 kutsarita vanilla extract
- 6 malalaking itlog
- ⅓ tasa ng all-purpose na harina

KIRSCH WHIPPED CREAM
- 2 tasang pinalamig na whipping cream
- ¼ tasa ng pulbos na asukal
- 4 kutsarita ng kirsch (malinaw na cherry brandy)
- ¼ kutsarita ng almond extract
- 16 candied violet petals

MGA TAGUBILIN
PARA SA CAKE:
a) Iposisyon ang rack sa pinakamababang ikatlong bahagi ng oven at painitin sa 350°F. Iguhit ang isang 10-tasang metal na mangkok na may foil, na umaabot ng 3 pulgada sa mga gilid. Mag-spray ng foil ng nonstick spray. Haluin ang preserves na may kirsch sa isang medium skillet sa katamtamang init hanggang mapanatili ang matunaw.

b) Magdagdag ng pinatuyong seresa; pakuluan. Takpan; alisan sa init. Hayaang lumamig.

c) Matunaw ang tsokolate na may mantikilya sa isang mabigat na malaking kasirola sa katamtamang mababang init, haluin hanggang makinis. Alisan sa init.

d) Paghaluin ang asukal at banilya, pagkatapos ay haluin ang mga itlog nang 1 sa isang pagkakataon. Paghaluin sa harina, pagkatapos ay pinaghalong cherry. Ilipat ang batter sa inihandang mangkok.

e) Maghurno ng cake sa isang mangkok sa loob ng 30 minuto. I-fold ang foil overhang sa mga gilid ng cake para maiwasan ang over-browning.

f) Ipagpatuloy ang paghurno ng cake hanggang sa mabitak at matuyo ang tuktok at ang tester na ipinasok sa gitna ay lumabas na may nakadikit na basang batter, mga 55 minuto pa. Palamigin nang lubusan ang cake sa isang mangkok sa rack (maaaring mahulog ang cake sa gitna).

g) Pindutin nang mahigpit ang gilid ng cake upang ipantay ang gitna ng cake. Takpan at hayaang tumayo sa temperatura ng kuwarto magdamag.

PARA SA KIRSCH WHIPPED CREAM:

h) Gamit ang electric mixer, talunin ang cream, powdered sugar, kirsch, at almond extract sa isang malaking mangkok hanggang sa tumaas ang cream.

i) Baligtarin ang cake sa isang platter. Peel off ang foil. Ilagay ang whipped cream sa isang malaking pastry bag na nilagyan ng medium star tip. Pipe whipped cream star sa ibabaw ng cake, ganap na sumasakop. I-pipe ang mga karagdagang bituin sa tuktok na flat center ng cake upang bumuo ng isang simboryo.

j) Palamutihan ng mga minatamis na violet.

75. Black Forest semifreddo

Gumagawa: 8
MGA INGREDIENTS
- Langis o pinalambot na mantikilya, para sa pagpapadulas
- 250g frozen black cherries, defrosted, tinadtad
- 3 kutsarang kirsch
- 3 itlog, pinaghiwalay
- 75g na asukal sa caster
- 340ml dobleng cream
- 50g ginger nut biskwit, halos dinurog
- 60g pistachios, halos tinadtad
- 100g dark chocolate, halos tinadtad

MGA TAGUBILIN:

a) Magpahid ng 900g na loaf tin at lagyan ng isang mahabang strip ng baking parchment (upang ito ay naka-overhang sa mga gilid). Ilagay ang tinadtad na seresa sa isang mangkok, idagdag ang kirsch, pagkatapos ay takpan ang mangkok at itabi.

b) Ilagay ang mga puti ng itlog sa isang malaking mangkok at haluin gamit ang mga electric beater hanggang sa maging stiff peak ang mga ito. Sa isa pang mangkok, haluin ang mga pula ng itlog na may asukal hanggang sa maputla at malapot. Sa ikatlong mangkok, haluin ang double cream hanggang sa ito ay bumuo ng malambot na mga taluktok. I-fold ang yolk mixture sa whipped cream, hanggang sa maayos na pinagsama, pagkatapos ay tiklupin ang mga puti ng itlog.

c) Panghuli, tiklupin ang halos tinadtad na cherry (na may nakababad na alak kung gusto), 40g durog na biskwit, 40g tinadtad na pistachios, at 60g tinadtad na tsokolate hanggang sa pinagsama.

d) Ibuhos ang halo sa inihandang lata ng tinapay, pakinisin ang ibabaw gamit ang isang kutsara, takpan, at i-freeze nang hindi bababa sa 4 na oras hanggang sa matibay. Upang ihain, tunawin ang natitirang 40g na tsokolate sa isang mangkok sa isang kawali ng bahagya na kumukulo na tubig.

e) Kunin ang semifreddo sa freezer, punan ang isang malaking mangkok ng mainit na tubig, at isawsaw ang base ng lata sa tubig nang mga 30 segundo, pagkatapos ay i-invert sa isang serving plate.

f) Ibuhos ang tsokolate sa ibabaw ng semifreddo at palamutihan ito ng natitirang buong seresa, durog na ginger nuts, at nuts.

g) Ihain kaagad, pinalamig kaagad ang anumang natira pagkatapos ihain nang hanggang 1 buwan.

76. Oreo cherry chocolate cream parfaits

Gumagawa ng: 1 Servings

MGA INGREDIENTS:
- 1 pack (4-serving size) Royal® cherry gelatin
- 1 tasang tubig na kumukulo
- 1 tasang malamig na tubig
- 7 Fudge covered oreo® chocolate sandwich cookies; hinati
- 1½ tasa Inihanda na whipped topping

MGA TAGUBILIN:
a) I-dissolve ang gelatin sa tubig na kumukulo; haluin sa malamig na tubig. Ibuhos sa 8 x 8 x 2-inch baking pan. Palamigin hanggang matibay.
b) Gupitin ang 5 cookies; tiklupin sa whipped topping. Gupitin ang gelatin sa mga cube.
c) Kutsara ang kalahati ng gelatin cubes sa 4 parfait na baso; itaas na may kalahati ng whipped topping mixture. Ulitin ang mga layer. Palamigin hanggang sa oras ng paghahatid. Hatiin ang natitirang cookies; gamitin para palamutihan ang mga parfait.

77. Cherry mousse

Gumagawa: 6 na servings

MGA INGREDIENTS:
c) 6 na malalaking Itlog, Pinaghiwalay
d) ½ tasang Asukal
e) ¼ tasa Plus 2 Kutsarang Tubig
f) 3½ pint na Malakas na Cream
g) 3½ tasa Tart O Sweet Cherries, Pureed

MGA TAGUBILIN:
a) Ilagay ang mga puti sa refrigerator at ang mga yolks sa isang malaking mangkok na hindi kinakalawang na asero at itabi.
b) Sa isang mabigat na kasirola, pagsamahin ang asukal at tubig. Haluin hanggang matunaw at ilagay sa mataas na apoy. Pakuluan ng 2 hanggang 3 minuto. Kapag malinaw at ang asukal ay ganap na natunaw, alisin mula sa apoy at mabilis na ihalo sa mga pula ng itlog.
c) Gamit ang isang had mixer, talunin ang halo na ito sa mataas na bilis sa loob ng 5 hanggang 8 minuto o hanggang sa matigas at makintab. Itabi.
d) Talunin ang cream hanggang sa mabuo ang stiff peak at itabi. Talunin ang mga puti ng itlog upang bumuo ng stiff peak at itabi.
e) Idagdag ang pureed cherries sa pinaghalong pula ng itlog at haluing mabuti. Tiklupin ang whipped cream at pagkatapos ay ang mga puti ng itlog. Ibuhos sa mga indibidwal na serving dish o isang malaking mangkok at mabilis na palamigin nang hindi bababa sa 2 oras, mas matagal kung maaari.
f) Ihain na may whipped cream o nuts bilang palamuti.

78. Chocolate at cherry ice cream gateau

MGA INGREDIENTS:

- 1 tasa (2 sticks) unsalted butter
- 1 tasang superfine na asukal
- 1 tsp. purong vanilla extract
- 4 na itlog, pinalo
- 2 tasa mas mababa sa 1 heaped tbsp. all-purpose na harina
- 1 tambak na kutsara. unsweetened kakaw pulbos
- 1 ½ tsp. baking powder
- 4 tasa pitted at tinadtad cherry
- ½ tasa ng cranberry juice
- 3 tbsp. mapusyaw na kayumanggi asukal
- ½ recipemarangyang vanilla gelato
- 1 tasang mabigat na cream, mahinang hinagupit
- ilang cherries para sa topping
- mga kulot na tsokolate

Painitin muna ang oven sa 350°F (180°C). Bahagyang lagyan ng grasa ang isang 7-inch springform o loose-bottomed deep cake pan. Talunin ang mantikilya, asukal, at banilya nang magkasama hanggang sa maputla at mag-atas. Dahan-dahang talunin ang kalahati ng mga itlog, pagkatapos ay unti-unting tiklupin ang mga tuyong sangkap, alternating sa natitirang bahagi ng mga itlog, hanggang sa mahusay na pinaghalo. Ilagay sa inihandang cake pan, patagin ang tuktok, at maghurno sa loob ng 35 hanggang 40 minuto hanggang sa matigas lang sa pagpindot. Palamigin sa kawali, pagkatapos ay tanggalin, balutin sa foil, at palamigin hanggang sa talagang malamig, upang gawing mas madali ang paghiwa.

Ilagay ang mga cherry sa isang maliit na kasirola na may cranberry juice at brown sugar. Lutuin sa katamtamang init hanggang malambot. Itabi upang palamig, pagkatapos ay palamigin hanggang sa talagang malamig. Ihanda ang vanilla gelato hanggang sa magkaroon ito ng spoonable consistency.

Gamit ang isang mahabang kutsilyo, gupitin ang cake sa tatlong pantay na layer. Ilagay ang isang layer sa 7-inch na kawali ng cake, at itaas ang kalahati ng mga cherry at isang-katlo ng kanilang juice. Takpan ng isang layer ng gelato, at pagkatapos ay ang pangalawang layer ng cake. Idagdag ang natitirang mga cherry ngunit hindi lahat ng juice (gamitin ang natitirang juice upang basa-basa ang ilalim ng ikatlong layer ng cake). Takpan ang natitirang bahagi ng gelato at ang huling layer ng cake. Pindutin nang mabuti, takpan ng plastic wrap, at i-freeze magdamag. (Kung ninanais, ang cake ay maaaring iimbak sa freezer nang hanggang 1 buwan.)

79. Rum Tiramisu

Gumagawa: 6 na servings

MGA INGREDIENTS:
- 1 pound mascarpone cheese, talagang sariwa
- 1 malaking lata ng dark cherries sa syrup
- ¼ tasa ng butil na asukal
- 2 kutsarang rum, plus
- ⅓ tasa ng rum na hinaluan ng tubig at kaunting dagdag na butil na asukal
- 24 na mga daliri ng babae

MGA TAGUBILIN:
a) Haluin ang keso, ¼ tasa ng granulated sugar, at 2T rum. Hatiin sa 3 pantay na bahagi
b) Maglagay ng 8 biskwit na magkatabi sa isang loaf pan na hindi bababa sa sapat na laki upang ma-accommodate ang mga ito. Ibuhos ang ⅓ ng de-latang dark cherry juice sa mga biskwit, ipamahagi nang pantay-pantay. Layer ⅓ ng pinaghalong keso sa ibabaw ng mga biskwit.
c) Maglagay ng isa pang 8 biskwit na magkatabi sa pinaghalong keso. Ibabad ang layer na ito ng biskwit na may pinaghalong rum. Ilagay ang isa pang ikatlong bahagi ng pinaghalong keso sa ibabaw ng mga biskwit.
d) Maglagay ng isa pang 8 biskwit na magkatabi sa pinaghalong keso. Ibabad ang layer ng biskwit na ito kasama ang natitirang ⅓ tasa ng de-latang dark cherry syrup. Ilagay ang huling ikatlong bahagi ng pinaghalong keso sa ibabaw ng mga biskwit.
e) Palamutihan ng dagdag na seresa.

80. Cherry tiramisu

Gumagawa: 8 servings

MGA INGREDIENTS:
- 12 Ladyfinger Cookies
- ⅔ tasa ng Espresso
- 3 malalaking Itlog; sa temperatura ng silid
- 3 kutsarang Asukal
- 1 tasang Whipping Cream
- ¼ tasang Powdered Sugar
- 2 kutsarang Lemon Juice
- 4 ounces Semisweet Chocolate; pinong tinadtad
- 1 tasa ng Sweet Cherry; pitted

MGA TAGUBILIN:

a) Ayusin ang mga cookies sa isang solong layer sa waxed na papel; ambon nang pantay-pantay sa espresso. Itabi. Gamit ang isang electric mixer, sa isang malaking mangkok talunin ang mga itlog at asukal sa mataas na bilis hanggang sa makapal at maputla; itabi. Sa isang malalim, pinalamig na mangkok, pagsamahin ang cream, powdered sugar, at lemon juice; talunin sa mataas na bilis hanggang sa matigas. I-fold ang cream mixture sa egg mixture.

b) Ayusin ang kalahati ng cookies sa ilalim ng isang malawak, 2 quart glass bowl.

c) Takpan ng kalahating cream mixture, pagkatapos ay iwiwisik ng pantay-pantay sa kalahati ng tsokolate. Itaas ang natitirang cookies, cream mixture, at tsokolate.

d) Takpan at palamigin nang hindi bababa sa 1 oras o hanggang 3 oras. Ayusin ang mga berry sa gilid ng pinggan. Gupitin sa mga wedges, pagkatapos ay iangat gamit ang isang malawak na serving spoon.

81. Italian Panna Cotta na may Lindt dark chocolate

MGA INGREDIENTS:
- 2 tbsp malamig na tubig
- 1 kutsarang Agar Agar powder
- 2 tasang mabigat na cream
- 1/4 tasa ng asukal
- 1 tsp vanilla essence
- kung kinakailangan maleate Lindt dark chocolate
- kung kinakailangan ang mga prutas para sa dekorasyon

MGA TAGUBILIN:

a) Maglagay ng tubig sa isang maliit na mangkok at agar agar at hayaang mamukadkad ang gelatin sa loob ng 5-7 minuto.

b) Sa isang medium pan heat cream, asukal, vanilla essence, sa medium heat at pakuluan hanggang matunaw ang asukal. Haluin ang gulaman at agad na haluin hanggang makinis at matunaw.

c) Kung ang gelatin ay hindi pa ganap na natunaw, ibalik ang kasirola sa kalan at dahan-dahang painitin sa mahinang apoy. Haluin palagi at huwag hayaang kumulo ang timpla.

d) Ibuhos ang cream sa 3 indibidwal na serving dish. Palamigin nang hindi bababa sa 2-4 na oras, o hanggang sa ganap na itakda.

e) Palamutihan ito ng tuktok na may maleate Lindt dark chocolate, kiwi cubes at cherry.

MGA COCKTAIL AT MOCKTAIL

82. Bourbon Black Forest Cocktail

Gumagawa: 2 inumin

MGA INGREDIENTS:
- 4 na kutsarang bourbon
- 1 kutsara + 1 kutsarita ng cherry brandy
- 1 kutsarang brown creme de cacao
- 1 kutsarita ng Kahlua

PARA MAG-GARNISH
- float ng cream (doble/mabigat)
- maraschino cherry
- gadgad na tsokolate/ cocoa powder

MGA TAGUBILIN:
a) Maglagay ng cherry sa bawat baso ng cocktail
b) Maglagay ng isang dakot ng yelo sa isang cocktail shaker o pitsel pagkatapos ay idagdag ang lahat ng alkohol
c) Haluin ng 20 segundo pagkatapos ay salain sa mga baso
d) Magpalutang ng kaunting double cream sa ibabaw ng cocktail (tingnan ang mga tala)
e) Budburan ng gadgad na tsokolate o isang maliit na sieved cocoa powder

83. Black Forest Martini

Ginagawa: 1 inumin

MGA INGREDIENTS:
- 2 ounces Vanilla Vodka
- ½ ounces Chocolate Liqueur
- ½ ounces Creme De Cacao
- 2 kutsarita ng Cherry Juice
- Palamuti: Whipped Cream/Chocolate Shavings/Cherry

MGA TAGUBILIN:

a) Sa isang basong puno ng yelo, pagsamahin ang vanilla vodka, chocolate liqueur, creme de cacao, at cherry juice.

b) Iling mabuti.

c) Salain ang halo sa isang coupe glass at itaas na may whipped cream, chocolate shavings, at isang cherry.

84. Black Forest Boba milkshake

MGA INGREDIENTS:
- 110 ml na inuming gatas ng tsokolate
- 3 scoop na powdered milk
- 2 scoop ng black forest powder
- Ilang scoop ng dinurog na yelo
- At ilang scoops din ng boba pearls

MGA TAGUBILIN:
a) Iling ang lahat sa isang tasa na may takip.
b) Sa wakas, ang yelo at ang boba pearls.

85. Black Forest Old Fashioned

2 oz bourbon
1 oz cherry liqueur
1/2 oz simpleng syrup
2 gitling na mapait na tsokolate
Balat ng orange

Sa isang basong bato, guluhin ang balat ng orange gamit ang simpleng syrup. Magdagdag ng yelo, bourbon, cherry liqueur, at chocolate bitters. Haluing mabuti at palamutihan ng cherry.

86. Black Forest Margarita

2 oz tequila
1 oz cherry liqueur
1 oz katas ng kalamansi
1/2 oz agave nectar
asin (opsyonal)
Idagdag ang lahat ng sangkap sa isang shaker na puno ng yelo. Iling mabuti at salain sa isang basong puno ng yelo. Lagyan ng asin ang baso kung ninanais.

87. Black Forest Sangria

1 bote ng red wine
1/2 tasa ng cherry brandy
1/4 tasa ng chocolate liqueur
1/4 tasa ng orange juice
1/4 tasa ng simpleng syrup
Hiniwang mga dalandan at seresa
Pagsamahin ang lahat ng sangkap sa isang malaking pitsel at haluing mabuti. Palamigin nang hindi bababa sa 2 oras o magdamag. Ihain sa ibabaw ng yelo at palamutihan ng hiniwang mga dalandan at seresa.

88. Black Forest Negroni

1 oz gin
1 oz cherry liqueur
1 oz matamis na vermouth
Balat ng orange
Idagdag ang lahat ng sangkap sa isang shaker na puno ng yelo. Iling mabuti at salain sa isang basong puno ng yelo. Palamutihan ng isang orange peel.

89. Black Forest Manhattan

2 oz bourbon
1 oz cherry liqueur
1/2 oz matamis na vermouth
2 gitling na mapait na tsokolate
Cherry
Idagdag ang lahat ng sangkap sa isang shaker na puno ng yelo. Iling mabuti at salain sa isang baso. Palamutihan ng cherry.

90. Black Forest Fizz

2 oz vodka
1 oz cherry liqueur
1 oz lemon juice
1/2 oz simpleng syrup
Club soda

Magdagdag ng vodka, cherry liqueur, lemon juice, at simpleng syrup sa shaker na puno ng yelo. Iling mabuti at salain sa isang basong puno ng yelo. Itaas na may club soda at palamutihan ng cherry.

91. Black Forest Sour

2 oz bourbon
1 oz cherry liqueur
3/4 oz lemon juice
1/2 oz simpleng syrup
Puti ng itlog
Magdagdag ng bourbon, cherry liqueur, lemon juice, simpleng syrup, at puti ng itlog sa shaker na puno ng yelo. Iling mabuti at salain sa isang basong puno ng yelo. Palamutihan ng cherry.

92. Black Forest Smash

2 oz bourbon
1 oz cherry liqueur
1/2 oz lemon juice
1/2 oz simpleng syrup
dahon ng mint
Cherry

Gulungin ang mga dahon ng mint at cherry sa ilalim ng shaker. Magdagdag ng bourbon, cherry liqueur, lemon juice, at simpleng syrup. Iling mabuti at salain sa isang basong puno ng yelo. Palamutihan ng mint sprig at cherry.

93. Black Forest Cosmo

2 oz vodka
1 oz cherry liqueur
1 oz cranberry juice
1/2 oz
Lime twist

Magdagdag ng vodka, cherry liqueur, cranberry juice, at lime juice sa isang shaker na puno ng yelo. Iling mabuti at salain sa isang baso. Palamutihan ng lime twist.

94. Black Forest Mule

2 oz vodka
1 oz cherry liqueur
1/2 oz katas ng kalamansi
Luyang alak
Lime wedge
Magdagdag ng vodka, cherry liqueur, at lime juice sa isang shaker na puno ng yelo. Iling mabuti at salain sa isang basong puno ng yelo. Ibabaw ng ginger beer at palamutihan ng lime wedge.

95. Black Forest Punch

2 tasang black cherry juice
1 tasa ng vodka
1/2 tasa ng cherry liqueur
1/4 tasa ng lemon juice
1/4 tasa ng simpleng syrup
Mga hiwa ng orange at cherry

Sa isang malaking pitsel, pagsamahin ang black cherry juice, vodka, cherry liqueur, lemon juice, at simpleng syrup. Haluin mabuti. Palamigin nang hindi bababa sa 2 oras o magdamag. Ihain sa ibabaw ng yelo at palamutihan ng mga hiwa ng orange at cherry.

96. Black Forest Flip

2 oz na brandy
1 oz cherry liqueur
1/2 oz simpleng syrup
1 itlog
Nutmeg
Magdagdag ng brandy, cherry liqueur, simpleng syrup, at itlog sa shaker na puno ng yelo. Iling mabuti at salain sa isang baso. Palamutihan ng nutmeg.

97. Black Forest Daiquiri

2 oz rum
1 oz cherry liqueur
1 oz katas ng kalamansi
1/2 oz simpleng syrup
Lime wedge

Magdagdag ng rum, cherry liqueur, lime juice, at simpleng syrup sa shaker na puno ng yelo. Iling mabuti at salain sa isang basong puno ng yelo. Palamutihan ng lime wedge.

98. Black Forest Sidecar

2 oz na brandy
1 oz cherry liqueur
1 oz lemon juice
Asukal
Lemon twist

Lagyan ng asukal ang isang baso. Magdagdag ng brandy, cherry liqueur, at lemon juice sa isang shaker na puno ng yelo. Iling mabuti at pilitin sa inihandang baso. Palamutihan ng lemon twist.

99. Black Forest Screwdriver

2 oz vodka
1 oz cherry liqueur
katas ng kahel
Kahel na kalang
Magdagdag ng vodka at cherry liqueur sa isang baso na puno ng yelo. Ibabaw ng orange juice at palamutihan ng orange wedge.

100. Black Forest mocktail

Mga sangkap:
- 1/2 tasa ng cherry juice
- 1/4 tasa ng chocolate syrup
- 1/4 tasa ng mabigat na cream
- 1/4 tasa ng club soda
- Whipped cream, para sa dekorasyon
- Maraschino cherries, para sa dekorasyon

Mga Tagubilin:
a) Sa cocktail shaker, pagsamahin ang cherry juice, chocolate syrup, at heavy cream.
b) Magdagdag ng yelo sa shaker at iling hanggang sa maayos na pinagsama.
c) Salain ang timpla sa isang basong puno ng yelo.
d) Itaas na may club soda.
e) Palamutihan ng whipped cream at isang maraschino cherry.
f) Ihain at tamasahin ang iyong masarap na Black Forest mocktail!

KONGKLUSYON

Mayroong ilang mga dahilan kung bakit gusto ng maraming tao ang mga recipe ng Black Forest:

Mayaman na lasa ng tsokolate: Ang mga recipe ng Black Forest ay madalas na nagtatampok ng tsokolate bilang pangunahing sangkap, na minamahal ng maraming tao para sa mayaman at kasiya-siyang lasa nito.

Matamis at maasim na lasa ng cherry: Ang kumbinasyon ng matamis na seresa at maasim na cherry liqueur ay nagdaragdag ng kakaiba at masarap na profile ng lasa sa mga recipe ng Black Forest.

Creamy na texture: Maraming mga recipe ng Black Forest ang puno ng whipped cream, na nagdaragdag ng makinis at creamy na texture na tinatamasa ng maraming tao.

Nostalhik na apela: Para sa ilang tao, ang mga recipe ng Black Forest ay maaaring pukawin ang mga nostalhik na alaala ng mga pagtitipon ng pamilya, mga espesyal na okasyon, o paglalakbay sa Germany.

Sa pangkalahatan, ang kumbinasyon ng masaganang tsokolate, matamis at maasim na cherry, at mga creamy na texture ay ginagawang sikat at indulgent na treat para sa maraming tao ang mga recipe ng Black Forest.

Inaasahan namin na ang cookbook na ito ay nagbigay inspirasyon sa iyo na tuklasin ang masaganang lasa at natatanging sangkap ng Black Forest, at magpakasawa sa mga dekadenteng dessert na kilala sa rehiyon. Sa 100 masasarap na recipe na mapagpipilian, hinding-hindi ka mauubusan ng mga paraan upang masiyahan ang iyong matamis na ngipin.

Mula sa mga simpleng chocolate treat hanggang sa mga kumplikadong pastry at cake, ang mga recipe sa cookbook na ito ay idinisenyo upang maging madaling lapitan at madaling sundin, upang maaari mong muling likhain ang mga lasa ng Black Forest sa iyong sariling kusina. Kaya, kumuha ng kopya ng cookbook na ito at maghanda upang magpakasawa sa matamis at masaganang lasa ng Black Forest!

www.ingramcontent.com/pod-product-compliance
Lightning Source LLC
Chambersburg PA
CBHW070349120526
44590CB00014B/1066